மருந்துகள் பிறந்த கதை

டாக்டர் கு. கணேசன் MBBS

டாக்டர் கு. கணேசன் (61) பொதுநல மருத்துவர்; மருத்துவ அறிவியல் எழுத்தாளர். இது இவருடைய 49வது நூல். மதுரை மருத்துவக் கல்லூரியில் MBBS பட்டம் பெற்றவர். விருதுநகர் மாவட்டம் ராஜபாளையத்தில் 'கணேஷ் மருத்துவமனை'யை நடத்தி வருகிறார். மருத்துவப் பணியில் 40 வருட அனுபவம் கொண்டவர்.

பல்வேறு நாளிதழ்கள், வார, மாத இதழ்களில் உடல் நலன் சார்ந்த அறிவியல் கட்டுரைகளைத் தொடர்ந்து எழுதி வருகிறார். பாமர மக்களுக்கும் புரியும்வகையில் மருத்துவக் கட்டுரைகளை எழுதுவது இவருடைய தனிச் சிறப்பு. தமிழ் மொழி வளர்ச்சிக்கான பல ஆலோசனைக் குழுக்களில் உறுப்பினராக உள்ளார்.

மத்திய அரசின் உயரிய அறிவியல் விருதான 'தேசிய அறிவியல் தொழில்நுட்பத் தொடர்பியல் விருது', தமிழக அரசின் சிறந்த நூல் விருது, அழ.வள்ளியப்பா இலக்கிய விருது, கோவை பாரதியார் பல்கலைக்கழகத்தின் 'மகாகவி பாரதியார் அறிவியல் தமிழ் விருது', சென்னை, எஸ்.ஆர்.எம். பல்கலைக்கழகத்தின் 'தமிழ்ப்பேராய விருது', சென்னை, முத்து பார்மஸியின் 'சாதனையாளர் விருது', இந்திய மருத்துவச் சங்கத்தின் 'தலைசிறந்த மருத்துவர் விருது' உள்ளிட்ட 15க்கும் மேற்பட்ட விருதுகளையும் பல்வேறு இலக்கிய அமைப்புகளிலிருந்து பரிசுகளையும் பெற்றுள்ளார். 'பாரதிப் பணிச் செல்வர்', 'மருத்துவ இலக்கிய மாமணி' எனும் இரண்டு பட்டங்களை யும் பெற்றுள்ளார்.

மருந்துகள் பிறந்த கதை

டாக்டர் கு. கணேசன்

கிழக்கு

மருந்துகள் பிறந்த கதை
Marunthugal Pirantha Kathai

First Edition: December 2019
168 Pages

ISBN: 978-93-5135-037-8
Kizhakku 1186

Kizhakku Pathippagam
177/103, First Floor, Ambal's Building, Lloyds Road,
Royapettah, Chennai - 600 014. Ph: +91-44-4200-9603
Email : support@nhm.in Website : www.nhm.in

kizhakkupathippagam kizhakku_nhm

Author's Email: gganesan95@gmail.com

Kizhakku Pathippagam is an imprint of New Horizon Media Private Limited

சமர்ப்பணம்

இராஜபாளையம், ஸ்ரீ ஜெயஜோதி குழுமத்தின் தலைவரும்
என் அன்பு நண்பருமான திரு. டி.ஆர்.கண்ணன் மற்றும் அவரது
துணைவியார் திருமதி. கிருஷ்ணவேணி கண்ணன் அவர்களுக்கு...

உள்ளே...

என்னுரை

உலகில் உள்ள விஞ்ஞானிகள் அனைவரும் உண்ணாமல், உறங்காமல் அனுதினமும் உழைத்து, தங்கள் அறிவியல் அறிவைப் பயன்படுத்திப் புதிது புதிதாக அறிவியல் முன்னேற்றச் செய்திகளையும், விதிகளையும், கருவிகளையும், மருந்துகளையும், பரிசோதனை மற்றும் சிகிச்சை முறைகளையும் கண்டுபிடித்து வருகின்றனர். இவற்றின் விளைவாக மருத்துவத் துறையில் கருவிகள், மருந்துகள் உள்ளிட்ட மனித உயிர் காக்கும் விஷயங்களில் நவீன கண்டுபிடிப்பு களின் வருகை நாளுக்கு நாள் அதிகரித்து வருகிறது. இது பெரிதும் வரவேற்க வேண்டிய விஷயம்.

ஏனென்றால், இந்தியா போன்ற வளரும் நாடுகளில் சுற்றுச்சூழல் வெகுவாக மாசடைந்துள்ள காரணத்தால், மக்களுக்குப் பரவும் தொற்று நோய்களைத் தற்போதுள்ள சுகாதார வழி முறைகளால் மட்டும் கட்டுப்படுத்துவது என்பது பெரிய சவாலாகவே உள்ளது. அதுபோல், மக்களிடம் மாறிவரும் வாழ்க்கைமுறைகளால் இதயநோய், நீரிழிவு, உயர் ரத்த அழுத்தம், மன அழுத்தம் போன்ற நோய்கள் தற்போது அதிகரித்து வருவதும், அவற்றைத் தடுப்பதற்கு இப்போதுள்ள சிகிச்சைமுறைகள் மட்டும் போதாது என்பதும், இன்னும் அதிநவீன சிகிச்சைமுறைகள் தேவைப் படுவதும் கண்கூடு.

மருத்துவ அறிவியலின் துணையோடு மனிதன் இயற்கையை வெல்ல எடுத்துக்கொள்ளும் பகீரத முயற்சிகள் வியக்கத்தக்கன. இயற்கையின் அத்தனை சவால்களையும் அறிவியல் மூலம் எதிர்கொள்ளும் மனிதன், ஒரு கட்டத்தில் தன் மருத்துவம் சார்ந்த சாதனைகளால் மனிதரின் ஆயுட்காலத்தை நீடிக்கச் செய்ததை மறுக்க முடியாது. அப்படியான சாதனைகளையும், சாதித்த சாதனையாளர்களையும் எளிமையாகவும் சுவாரஸ்யமாகவும் பரிமாறுகிறது, இந்த நூல்.

மனிதனின் பொதுவான நடைமுறை இதுதான்: உலக அளவில் மருத்துவ விஞ்ஞானிகளால் கண்டுபிடிக்கப்படும் புத்தம் புதிய கண்டுபிடிப்புகளை வரவேற்று, அவற்றை முறையாகப் பயன்படுத்தி நம் ஆரோக்கியத்தைக் காத்துக்கொள்கிறோம்; உடல் - மன ஆற்றலை வளர்த்துக் கொள்கிறோம்; தனி மனித வளர்ச்சிக்கும், சமூகப் பொருளாதார முன்னேற்றத்துக்கும் வழி செய்து கொள்கிறோம். ஆனால், அந்தக் கண்டுபிடிப்பாளர்களை யார், எவர் எனத் தெரிந்து கொள்ளாமலேயே கடந்து செல்கிறோம். கனிகள் தரும் மரத்தின் வேர்களை மறந்துவிட்டு, கனிகளைச் சுவைப்பதில் மட்டுமே மகிழ்ச்சி அடைகிற மனித குணம் இது.

> ‘பயன்துக்கார் செய்த உதவி நயன்துக்கின்
> நன்மை கடலினும் பெரிது’

வள்ளுவரின் இந்த நல்வாக்கை இங்கே நினைவு கூறுதல் நன்று.

எவ்வித பிரதிபலனையும் எதிர்பார்க்காமல் நமக்கு இன்சுவைக் கனிகள் தந்து உதவும் மரத்தின் வேர்களைப்போல உலக விஞ்ஞானிகளும் தங்களுக்கு என்ன பலன் கிடைக்கும் என்று கருதாமல் கண்டுபிடிக்கும் அற்புதங்கள் நம்மைப் பெரிதும் மலைக்க வைப்பவை; மனித குலம் மேம்படுவதற்கு துணை நிற்பவை; சமூக முன்னேற்றத்துக்கு அடிப்படையாகத் திகழ்கிற மனித ஆரோக்கியம் நிலைத்திருக்க கை கொடுப்பவை.

இந்த நூல் கனிகளையும் சுவைக்கத் தருகிறது; அக்கனிகளைத் தந்த வேர்களையும் அடையாளம் காட்டுகிறது. அந்த வேர்கள் பட்ட கஷ்டங்களையும் சித்தரிக்கிறது. இதன் மூலம் ஒவ்வொரு புத்தம் புதிய கண்டுபிடிப்புக்குப் பின்னால் ஒளிந்திருக்கும் மனிதனின் அறிவாற்றல், கூட்டு முயற்சி, கடின உழைப்பு, சமூக நலனில் அக்கறை போன்ற பலவற்றை வெளிச்சம் போட்டுக் காட்டுகிறது. ஆகவே, இந்தக் கட்டுரைகளைப் படிக்கும் ஒவ்வொருவரும் அந்த

விஞ்ஞானிகளுக்குத் தங்கள் மனசுக்குள் ஒரு நொடி நன்றி சொன்னாலே போதும், இந்த நூல் எழுதியதன் நோக்கத்தில் பாதி நிறைவேறிவிட்டதாக மகிழ்வேன்.

'முத்தாரம்' வார இதழில் தொடராக வந்த இக்கட்டுரைகள் இப்போது நூலாகத் தொகுக்கப்பட்டு, கிழக்கு பதிப்பகத்தின் வெளியீடாக வந்துள்ளது. முத்தாரத்தின் அப்போதைய பொறுப்பாசிரியர் திரு. தி.முருகன் அவர்களுக்கு என் மனம் மகிழ்ந்த நன்றிகள் என்றும் உண்டு. கிழக்கு பதிப்பகத்தின் பொறுப்பாசிரியர் திரு. மருதன் அவர்களுக்கும், கிழக்கு பதிப்பகத்துக்கும் என் நன்றிகள் சேரட்டும்.

மிக்க அன்புடன்,

18.11.2019 **டாக்டர் கு. கணேசன்.**

இராஜபாளையம் *9952434190*

1

சர்க்கரை நோய்க்குக் கடிவாளம், இன்சுலின்!

இன்சுலின்.

நீரிழிவுக்காரர்களுக்கு இந்தப் பெயர் பிரபலம். உடலில் இன்சுலின் சுரக்காவிட்டால் நீரிழிவு நோய் வரும் என்பதும், கட்டுப்படாத நீரிழிவு நோய்க்கு இன்சுலின் ஊசி போட்டுக்கொள்ள வேண்டியது அவசியம் என்பதும் பலருக்கும் தெரியும்.

ஆனால், இது உடலில் எங்கு சுரக்கிறது, எப்படிச் சுரக்கிறது; நீரிழிவை எப்படிக் கட்டுப்படுத்துகிறது என்கிற விவரங்கள் பலருக்கும் தெரிவதில்லை.

'இன்சுலின்' என்பது ஒரு ஹார்மோன். கணையத்தில் உள்ள 'பீட்டா' செல் இதைச் சுரக்கிறது. இதுதான், ரத்தத்தில் குளுக்கோஸ் அளவைச் சரியான அளவில் வைத்துக்கொள்கிறது.

உணவு செரிமானமானதும், மாவுச்சத்து குளுக்கோஸாக மாறி ரத்தத்தில் கலக்கிறது. இதனால், குளுக்கோஸ் அளவு ரத்தத்தில் அதிகரிக்கிறது. அப்போது, 'இன்கிரிட்டின்' (Incretin) எனும் ஹார்மோன் சிறுகுடலில் சுரக்கிறது. இது ரத்தம் வழியாக கணையத்தை அடைந்து, பீட்டா செல்களைத் தூண்டி இன்சுலினைச் சுரக்கச் செய்கிறது.

இன்சுலின் ரத்த ஓட்டத்தில் கலந்து, ஒவ்வொரு செல்லுக்கும் செல்கிறது. செல்லின் சுவரில் 'இன்சுலின் ஏற்பான்' (Insulin Receptor) எனும் 'பூட்டு' உள்ளது. அந்தப் பூட்டைத் திறக்கும் 'சாவி'தான், இன்சுலின். பூட்டில் சாவியை நுழைத்துத் திறப்பதுபோல், இன்சுலின்,

இந்த ஏற்பான்களோடு இணையும்போது மட்டுமே, செல் சுவர்களில் உள்ள 'குளுக்கோஸ் கதவுகள்' திறக்கின்றன. அப்போது ரத்தத்தில் உள்ள குளுக்கோஸ் செல்களுக்குள் நுழைகிறது. அங்கு சில வேதிவினைகள் ஏற்பட்டு குளுக்கோஸ் சக்தியாக மாறி உடலின் செயல்பாட்டுக்கு உதவுகிறது.

அதேநேரம், ரத்தத்தில் உள்ள குளுக்கோஸ் முழுவதுமே செல்களுக்குள் நுழைந்துவிடவும் முடியாது. குறிப்பிட்ட அளவு குளுக்கோஸ் செல்களுக்குள் வந்தவுடன், 'குளுக்கோஸ் கதவுகள்' மூடிக்கொள்கின்றன. அதனால், மேன்மேலும் குளுக்கோஸ் செல்களுக்குள் நுழைவது தடுக்கப்படுகிறது.

அப்போது, ரத்தத்தில் 140மி.கி./டெ.லி.க்கு மேல் குளுக்கோஸ் இருந்தால், இன்சுலின் அதைக் கல்லீரலுக்கும் தசைகளுக்கும் எடுத்துச் சென்று, கிளைக்கோஜனாக மாற்றிவிடுகிறது. இதனால், ரத்தக் குளுக்கோஸ் அளவு குறைகிறது. இந்த அளவு 100மி.கி./டெ.லி.க்கு வந்ததும், அது மேன்மேலும் குறைந்துவிடாமல் இருக்க, கணையம் இன்சுலின் சுரப்பதைத் தற்காலிகமாகக் குறைத்துக்கொள்கிறது. இவ்வாறு, ரத்தத்தில் சர்க்கரை அளவு 100 முதல் 140மி.கி./டெ.லி. வரை இருக்கும்படி இன்சுலின் பார்த்துக்கொள்கிறது.

அதேநேரம், கணையம் பாதிக்கப்பட்டு, அதில் இன்சுலின் சிறிதுகூட சுரக்காவிட்டாலோ, சுரந்த இன்சுலின் சரியாக வேலை செய்யவில்லை என்றாலோ, ரத்தத்தில் குளுக்கோஸ் அளவு 140மி.கி./டெ.லி.க்கு மேல் தாண்டிவிடும். இந்த நிலைமையை 'ரத்த மிகைக் குளுக்கோஸ்' (Hyperglycaemia) என்கிறோம். இது 200க்கு மேல் தாண்டிவிட்டால் அதை நீரிழிவு என்கிறோம்.

நீரிழிவைக் கட்டுப்படுத்த மாத்திரை, இன்சுலின் ஊசி மருந்துகள் உதவுகின்றன. இவற்றில் இன்சுலின் மருந்து மனித உடலில் சுரக்கிற இன்சுலினைப்போலவே வேலை செய்வதால், இதுவே நீரிழிவு நோய்க்கு அற்புத மருந்து என்கிறது ஆங்கில மருத்துவம்.

சரி, அந்த மருந்து பிறந்தது எப்படி?

இருபதாம் நூற்றாண்டின் அற்புதக் கண்டுபிடிப்பு இன்சுலின் மருந்து. இது மட்டும் கண்டுபிடிக்கப்படாமல் இருந்திருந்தால், உலகில் இந்நேரம் நீரிழிவு நோயால் மனித குலமே சீரழிந்து போயிருக்கும்; சிறுநீரகம் செயலிழந்து, கால் இழந்து, பார்வை இழந்து, பக்கவாதம் வந்து கோடிக்கணக்கான பேர் முடமாகி இருப்பார்கள். இன்னும் பல கோடிப் பேர் நடுத்தர வயதிலேயே இதயநோயால் இறந்திருப்பார்கள்.

இன்சுலினைக் கண்டுபிடித்து உலக அளவில் உயிரிழப்பைக் குறைத்தவர்கள் கனடாவைச் சேர்ந்த பாண்டிங் (Banting), பெஸ்ட் (Best)எனும் மருத்துவ விஞ்ஞானிகள். 1920ம் ஆண்டுவரை உடலில் கணையத்துக்கும் நீரிழிவுக்கும் தொடர்பு உள்ளது என்பது மட்டும்தான் தெரியும். பாண்டிங், தன்னுடைய ஆராய்ச்சியின் முதல்படியாக, ஆரோக்கியமான ஒரு நாயின் கணையத்தை அகற்றி, அதிலிருந்து ஒரு

பாண்டிங் - பெஸ்ட்

திரவத்தைப் பிழிந்து, அதை நீரிழிவு நோயுள்ள நாய்க்கு ஊசிமூலம் செலுத்தினார். என்ன ஆச்சரியம்! அந்த நாயின் ரத்தச் சர்க்கரைக் குறையத் தொடங்கியது. அதை பல நாய்களிடம் சோதித்துப் பார்த்தார். எல்லா நாய்களுக்கும் ரத்தச் சர்க்கரைக் குறைந்தது.

அதைத் தொடர்ந்து, நீரிழிவினால் கடுமையாக பாதிக்கப்பட்டிருந்த 'லியோனார்ட் தாம்சன்' என்ற 19 வயது சிறுவனுக்கு அதைச் செலுத்தினார். அவனுக்கும் நோய் கட்டுப்பட்டது. அதன்மூலம், 'நீரிழிவு நோய்க்குக் காரணம் இன்சுலின் குறைவு; அதைக் கட்டுப்படுத்த ஒரே வழி இன்சுலினைச் செலுத்துவது' என்று பாண்டிங் உறுதி செய்தார். இது நடந்தது 1922-ம் ஆண்டில்.

பாண்டிங், தான் கண்டுபிடித்த திரவத்துக்கு 'ஐலெட்டின்' (Isletin) என்றுதான் பெயரிட்டார். ஆனால், அவருடைய ஆராய்ச்சிக்கு உதவிய 'மேக்ளியாட்' எனும் விஞ்ஞானி, அதற்கு 'இன்சுலின்' (Insulin) என்று பெயர் மாற்றிவிட்டார். லில்லி என்ற மருந்து நிறுவனம் முதன் முதலில் இந்த இன்சுலினைத் தயாரித்துக் கொடுத்தது. நாயிடம் பெறப்பட்ட இன்சுலினுக்கு ஒவ்வாமை குணங்கள் அதிகமாக இருந்த காரணத்தால் மாடு / பன்றி கணையத்திலிருந்தும் இன்சுலினைத் தயாரித்தார்கள். பிறகு இதிலும் மாற்றம் ஏற்பட்டது.

1978-ல் 'டி.என்.ஏ. மறுசேர்க்கை தொழில்நுட்ப'த்தைப் (DNA recombinant technology) பயன்படுத்தி மனித இன்சுலினைப்போலவே உள்ள புதிய இன்சுலினை செயற்கைமுறையில் தயாரிக்கத் தொடங்கினர். ஈ.கோலை (E.Coli) எனும் பாக்டீரியாவின் டி.என்.ஏ.வில் மனித மரபணுவை இணைத்து வளர்க்கிறபோது, மனித இன்சுலினை ஒத்த

புதுவகை இன்சுலினை அது சுரக்கிறது. பக்கவிளைவுகள் குறைந்த, அதிக பலன் தருகிற மகத்தான மருந்து இது. இப்போது இதன் வேதிக்கட்டமைப்பில் பல மாற்றங்களைச் செய்து பலதரப்பட்ட இன்சுலின்களைத் தயாரிக்கிறார்கள்.

இவற்றை டைப் *1* நீரிழிவு நோயாளிகளுக்கு, மாத்திரைகளுக்குக் கட்டுப்படாத டைப் *2* நீரிழிவு நோயாளிகளுக்கு, நீரிழிவு உள்ள கர்ப்பிணிகளுக்கு கட்டாயம் போடுகிறார்கள். அறுவை சிகிச்சை, ஆறாத புண், நோய்த்தொற்று, மிகு ரத்தச் சர்க்கரை மயக்கம் உள்ள நீரிழிவு நோயாளிகளுக்குத் தற்காலிகமாகப் போடுகிறார்கள். இதனால் ரத்தச் சர்க்கரை இவர்களுக்கு நன்றாகக் கட்டுப்படுகிறது. நீரிழிவால் ஏற்படுகிற பாதிப்புகள் தடுக்கப்படுகின்றன. ஆரோக்கியம் காக்கப்படுகிறது. இன்சுலின் செய்யும் அற்புதம் இது!

2

ஆயுள் காக்கும் ஆஸ்பிரின்!

தினமும் ஓர் ஆப்பிள் சாப்பிட்டால் டாக்டரிடம் போகவேண்டாம் என்று கூறுவார்கள். இதை நீங்கள் நம்புகிறீர்களோ இல்லையோ... 'தினமும் ஓர் ஆஸ்பிரின் சாப்பிடுங்கள்; உங்கள் ஆயுள் அதிகரிக்கும்' என்று சொன்னால் நீங்கள் நம்பித்தான் ஆக வேண்டும்.

'என்ன, ஒரு ரூபாய் மாத்திரைக்கு இத்தனை மகத்துவமா?' என்று கேட்பது காதில் விழுகிறது.

சாதாரணமாக காய்ச்சல், தலைவலி உடல் வலிகளுக்குத் தரப்படுகிற ஆஸ்பிரின் மாத்திரை உயிர் காக்கும் மருந்தாகவும் செயல்படுகிறது என்பது உண்மை! இன்றைய இயந்திரகதியிலான வாழ்க்கைச் சூழலில் மன அழுத்தம் உள்ளவர்கள், நீரிழிவு, ரத்தக்கொதிப்பு, உடல் பருமன், அதிக கொழுப்பு உள்ளவர்கள். புகைபிடிப்பவர்கள், நாற்பது வயதைக் கடந்தவர்கள் ஆகியோருக்கு மாரடைப்பு எப்போது வேண்டுமானாலும் ஏற்படலாம்.

இதயத் தசைகளுக்கு ரத்தம் கிடைப்பது குறையத் தொடங்குவதால் வரும் மாரடைப்புக்கு 'ஆஞ்சைனா' (Angina) என்று பெயர். மாடிப் படிகளில் ஏறும்போதும், வேகமாக நடக்கும்போதும் நடுநெஞ்சில் பாரம் வைத்து அழுத்துவதுபோல் வலிக்கும். நடப்பதை நிறுத்திவிட்டு ஓய்வு எடுத்துக்கொண்டால், நெஞ்சுவலி குறைந்துவிடும். இதயத்துக்கு ரத்தமும் ஆக்ஸிஜனும் தேவையான அளவுக்குக் கிடைக்காத காரணத்தால் இந்த வலி வருகிறது.

சிலருக்கு திடீரென்று நெஞ்சு முழுவதும் வலி வியாபித்து கயிறு கட்டி இழுப்பதுபோல நெஞ்சு வலிக்கும். நேரம் ஆக ஆக வலி கூடிக் கொண்டே

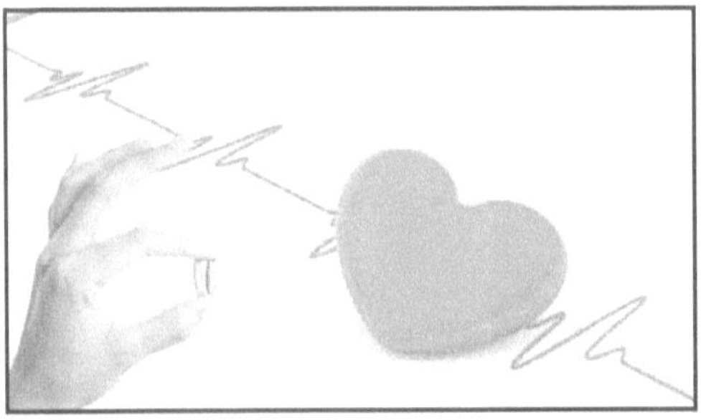

போகும். மயக்கம் வரும். மார்பைப் பிசைந்து அழுத்துவது போல் கடுமையாக வலிக்கும். இந்த வலி கழுத்து, தாடை, இடதுபுஜம், இடது கைவிரல் களுக்குப் பரவும். உடல் அதிகமாக வியர்த்துக் கொட்டும். ஓய்வெடுத்தாலும் நெஞ்சு வலி குறையாது. மேலும் மேலும் வலி கூடிக்கொண்டே போகும். இதுதான் முழுமையான மாரடைப்பு. அதாவது மயோகார்டியல் இன்பார்க்ஷன் (Myocardial infarction). ரத்தக்குழாயில் கொழுப்பு / ரத்தக்கட்டி அடைத்துக் கொள்வதால் இது ஏற்படுகிறது.

இந்த இரண்டுக்கும் உயிர் காக்கும் மருந்தாக ஆஸ்பிரின் விளங்குகிறது. ரத்தக்குழாயை விரிக்கிற தன்மை ஆஸ்பிரினுக்கு உண்டு என்பதால், 'ஆஞ்சைனா' வலியின்போது சுருங்கிய நிலையில் உள்ள கரோனரி ரத்தக்குழாய்களை விரித்துவிடுகிறது. ரத்தம் இதயத்தசைகளுக்குத் தடையில்லாமல் கிடைத்துவிடுகிறது. இந்தக் காரணத்தால் ஆஞ்சைனா வலி குறைந்துவிடுகிறது. இதுபோல் ரத்தம் உறைகிற தன்மையைத் தடுக்கும் குணமும் இதற்கு உண்டு என்பதால், இன்ஃபார்க்ஷன் எனும் மாரடைப்பிலிருந்தும் நம்மைப் பாதுகாக்கிறது.

எனவேதான், கோவையைச் சேர்ந்த இதயநோய் மருத்துவர் டாக்டர் ஜி.பக்தவத்சலம் அண்மையில் அளித்த பேட்டியில், 'மாரடைப்பு அறிகுறிகள் தெரியவரும்போது உடனடியாக டிஸ்பிரின் (ஆஸ்பிரின்) 325 மில்லி கிராம், அட்டார்வாஸ்டாடின் 80 மி.கி., குளோபிடாப் 150 மி.கி. சாப்பிட்டால் ரத்தம் உறைவதைத் தடுத்து, மாரடைப்பின் தீவிரத்தைக் கட்டுப்படுத்தும். பின்னர் மருத்துவமனைக்குச் சென்று உரிய சிகிச்சை பெற்றுக்கொண்டால் உயிர் பிழைக்கலாம்' என்று கூறியுள்ளார்.

இந்த அற்புத ஆஸ்பிரினை யார், எப்படிக் கண்டுபிடித்தார்கள்?

கி.மு. 400-ம் ஆண்டில் கிரேக்க மருத்துவ மேதை ஹிப்போகிரேட்ஸ் பெண்களுக்குப் பிரசவ வலியைக் குறைப்பதற்கு கருநொச்சி இலைகளை (Willow Leaves) சாறு பிழிந்து கொடுப்பதை வழக்கமாகக் கொண்டிருந்தார். 1763-ல் இங்கிலாந்து மருத்துவர் எட்வர்டு ஸ்டோன் என்பவர் கருநொச்சிப் பட்டையிலிருந்து மருந்து தயாரித்து மூட்டுவாதக்

காய்ச்சலை (Rheumatic fever) குணப்படுத்தினார். ஆனால், இந்த இருவருக்கும் கருநொச்சி இலையிலும் பட்டையிலும் என்ன மூலப்பொருள் இருக்கிறது என்பது தெரியவில்லை.

ஃபெலிக்ஸ் ஹாஃப்மேன்

1823-ல் இத்தாலிய விஞ்ஞானிகள் சிலர் கருநொச்சிச் சாற்றிலிருந்து 'சாலிசின்' (Salicin) என்கிற மூலப்பொருளைப் பிரித்தெடுத்து, அதுதான் வலிகளைப் போக்குகிறது என்று நிரூபித்தனர். இதைத் தொடர்ந்து பிரான்சு நாட்டு விஞ்ஞானிகள் சாலிசிலிக் அமிலத்தை இதிலிருந்து தயாரித்தனர். ஆனால் இது குடலுக்குள் சென்றதும் குடல் தசைகளை அரித்துப் புண்ணாக்கி வலி ஏற்படுத்திய காரணத்தால், 1893-ல் ஜெர்மனி நாட்டு விஞ்ஞானிகள் 'அசிடைல்' எனும் வேதிவகையை அதனுடன் சேர்த்து, குடலைப் பாதிக்கும் பக்க விளைவைக் குறைத்தனர். 'அசிடைல் சாலிசிலிக் அமிலம்' என்று அதற்குப் பெயரிட்டனர்.

என்றாலும் இன்று நாம் பயன்படுத்தும் ஆஸ்பிரின் மருந்தை ஜெர்மனி நாட்டு விஞ்ஞானி ஃபெலிக்ஸ் ஹாஃப்மேன் (Felix Hoffmann) என்பவர்தான் கண்டுபிடித்தார். இவர் பேயர் (Bayer) மருந்து நிறுவனத்தின் தலைமை விஞ்ஞானி. சாலிசிலிக் அமிலத்துடன் அசிட்டிக் அன்ஹைட்ரைடை அசிட்டிலேஷன் முறையில் கலந்து செயற்கையான வழியில் அசிடைல் சாலிசிலிக் அமிலத்தைத் தயாரித்தார். முதன் முதலில் 'ஆஸ்பிரின்' என்ற பெயரில் 1899-ல் மனிதப் பயன்பாட்டுக்குக் கொண்டு வந்தவர் இவர்தான்.

இந்த மருந்தின் மகத்துவம் முழுமையாக அறியப்பட்டது 1974-ம் ஆண்டில். அதுவரை வலி நிவாரணியாகவும் காய்ச்சல் மருந்தாகவும் மட்டுமே அறியப்பட்டிருந்த ஆஸ்பிரினுக்கு மாரடைப்பைத் தடுக்கும் குணமும் உண்டு என்று இங்கிலாந்து மருத்துவர் பேராசிரியர் பீட்டர் எல்வுட் கண்டுபிடித்தார், சாலையின் மத்தியில் கற்களைக் குவித்துவிட்டால் பயணம் தடைபடுவதைப்போல, ரத்தக் குழாய்க்குள் தட்டணுக்கள் ஓரிடத்தில் குவிந்து, ரத்தம் உறைந்து மாரடைப்பு

பீட்டர் எல்வுட்

வருவதுண்டு. தட்டணுக்களைக் குவியவிடாமல் தடுக்கும் பண்பு ஆஸ்பிரினுக்கு உள்ளதால் மாரடைப்பு தவிர்க்கப்படுகிறது என்பதை பல சோதனைகள் வாயிலாக இவர் உறுதி செய்தார்.

ஆஸ்பிரின் வலியைப் போக்குகிறது என்று மட்டுமே பொதுவாக அறியப்பட்டிருந்த நேரத்தில் 'உடலில் வலிகளை உண்டாக்குகிற புராஸ்டாகிளான்டின் உற்பத்திக்குத் தேவையான என்சைமை ஆஸ்பிரின் தடுக்கிறது. இதன் காரணமாகவே ஆஸ்பிரின் சாப்பிட்டதும் வலி குறைகிறது' என்று இங்கிலாந்து பேராசிரியர் ஜான் வானே மற்றொரு மகத்துவத்தைக் கண்டுபிடித்தார். இந்த அரிய கண்டுபிடிப்புக்காக 1982-ல் இவருக்கு நோபல் பரிசு கிடைத்தது.

ஆஸ்பிரின் மகத்துவம் இத்தோடு நிற்கவில்லை. முதுமையில் ஏற்படுகிற பக்கவாத நோய், ஞாபக மறதி, கர்ப்பிணிகளுக்கு ஏற்படுகிற 'முன் பிரசவ வலிப்பு நோய்', குடல் புற்றுநோய் ஆகியவற்றைத் தடுக்கவும் இது பயன்படுவதாக அமெரிக்க ஆராய்ச்சியாளர்கள் நிரூபித்துள்ளனர்.

மிகவும் குறைந்த செலவில் அரிய உயிரைக் காக்கும் ஆஸ்பிரினுக்கு நிச்சயம் நாம் சபாஷ் போடலாம்!

3

உயிர் காக்கும் ரேபீஸ் தடுப்பூசி!

ரேபீஸ்.

இந்த நோயை நினைத்தாலே மனசுக்குள் ஒரு பயமூட்டம் படருவதைத் தடுக்க முடியாது. காரணம், இது வந்துவிட்டால் சிகிச்சை கிடையாது; மரணம் நிச்சயம் என்பதுதான்.

ரேபீஸ் (Rabies) எனும் வைரஸ் கிருமிகளால் ஏற்படுகிற நோய் இது. நாய் கடித்தால் மட்டுமே இது ஏற்படும் என நினைக்கவேண்டாம். இந்தக் கிருமிகள் நாய், ஆடு, மாடு, குதிரை, குரங்கு, பூனை, நரி, கீரி, ஓநாய், வெளவால் போன்ற பாலூட்டிகள் பலவற்றில் வசிக்கும். இவற்றில் ரேபீஸ் கிருமி உள்ள எந்தவொரு பாலூட்டியும், மனிதரைக் கடித்தாலும் ரேபீஸ் வரும்.

வெறிநாயின் உமிழ்நீரில் ரேபீஸ் கிருமிகள் வாழும். இந்த நாய் மனிதரைக் கடிக்கும்போது, அந்தக் காயத்தின் வழியாக உடலுக்குள் புகுந்து, நரம்புகள்/முதுகுத் தண்டுவடத்தின் வழியாக மூளையை அடைந்து, ரேபீஸ் நோயை உண்டாக்கும். வெறிநாய் பிராண்டினாலும், திறந்த உடல் காயங்களில் நாவினால் தீண்டினாலும், அதன் உமிழ்நீர் பட்டாலும் ரேபீஸ் வரலாம்.

இந்த நோய் உள்ளவர்கள் தண்ணீரைக் கண்டாலே பயப்படுவார்கள். காரணம், தண்ணீரைக் கண்டதும் தொண்டையில் உள்ள விழுங்கு தசைகள் இறுக்கமடைந்து, சுவாசம் நிற்கின்ற உணர்வு ஏற்படுவதால், ‘எங்கே உயிர் போய்விடுமோ’ என்று பயந்து, இவர்கள் தண்ணீரைக் குடிக்கமாட்டார்கள். இவர்கள் உடலில் அதிக வெளிச்சம் பட்டால் அல்லது முகத்தில் காற்று பட்டால் உடல் நடுங்கும். எதையாவது

பார்த்து ஓடப் பார்ப்பதும், மற்றவர்களைத் துரத்துவதும் கடிக்க வருவதுமாக இருப்பார்கள். நோயின் இறுதிக் கட்டத்தில் வலிப்பு வந்து, சுவாசம் நின்று உயிரிழப்பார்கள்.

நாய் கடித்த காயத்தைக் குறைந்தது 15 நிமிடங்களுக்கு சோப்புத் தண்ணீரால் நன்றாகக் கழுவ வேண்டும். வேகமாக விழுகின்ற குழாய்த் தண்ணீரில் கழுவுவது மிகவும் நல்லது. காயத்தின்மீது ஸ்பிரிட், டெட்டால், சாவ்லான் என ஏதாவது ஒரு 'ஆண்டிசெப்டிக்' மருந்தைத் தடவலாம். காயத்துக்குத் தையல் போடவோ, கட்டுப்போடவோ கூடாது.

இன்றுவரை ரேபீஸ் நோய்க்கு சிகிச்சை இல்லை. நோயை வரவிடாமல் தடுக்க தடுப்பூசி மட்டுமே உள்ளது. நடைமுறையில், வெறிநாய் கடித்தவருக்குத் தொப்புளைச் சுற்றி 14 ஊசி போடுவார்கள் என்று பயந்தே பலரும் சிகிச்சைக்கு வருவதில்லை. அது அந்தக் காலம். இப்போது நவீன தடுப்பூசிகள் வந்துவிட்டன. நான்கே ஊசிகளில் ரேபீஸ் நோயை 100 சதவிகிதம் வரவிடாமல் தடுத்துவிடலாம். இந்த ஊசிகள் தொப்புளில் போடப்படுவதில்லை. புஜத்திலேயே போட்டுக்கொள்ளலாம். நாய் கடித்த நாள், 3-வது நாள், 7-வது நாள், 28-வது நாள் என தவணைகள் ரேபீஸ் தடுப்பூசியைப் போட்டுக்கொள்ளவேண்டும். காயம் கடுமையாக இருந்தால், 5-வது ஊசியை 90-வது நாளில் போட்டுக்கொள்ளலாம்.

உயிர் காக்கும் இந்தத் தடுப்பூசியை பாரிஸ் நகரைச் சேர்ந்த மருத்துவர் லூயிஸ் பாய்ச்சர் (Louis Pasteur) கண்டுபிடித்தார். இவர் முதலில் முயல்களுக்கு ரேபீஸ் கிருமிகளைச் செலுத்தி நோயை ஏற்படுத்தினார். இவற்றின் தண்டுவட திரவத்தைப் பரிசோதித்தார். அதில் ரேபீஸ் கிருமிகள் இருந்தன. இவற்றை அப்படியே மற்ற விலங்குகளுக்குச் செலுத்தினால் அவற்றுக்கும் நோய் வந்துவிடும் எனக் கருதி, அந்தக் கிருமிகளின் வீரியத்தைக் குறைக்க வழி தேடினார்.

அந்த திரவத்தை ஒரு பிளாஸ்கில் ஊற்றிக் காய வைத்தார். காற்றின் வெப்பத்தில் ரேபீஸ் கிருமிகளின் வீரியம் குறையத் தொடங்கியது. இதைக் குரங்குகளுக்குச் செலுத்தி, அவற்றின் தண்டுவட திரவத்தைச் சேகரித்தார். இப்போது அந்தக் கிருமிகளின் வீரியம் இன்னும் நன்றாகவே குறைந்திருந்தது. இப்போது இதை வெறிநாய் கடித்த நாய்களுக்குச் செலுத்தினார். அந்த நாய்களுக்கு ரேபீஸ் வரவில்லை. மொத்தம் 50 நாய்களுக்கு இவ்வாறு தடுப்பு மருந்துகொடுத்து அவற்றுக்கும் நோய் வரவில்லை என்று உறுதி செய்த பிறகு, நாய்களுக்கு ரேபீஸ் தடுப்பூசி கண்டுபிடித்துள்ள விவரத்தை வெளியிட்டார்.

இந்த மகத்தான கண்டுபிடிப்பின் அடுத்த முன்னேற்றம் 1885-ம் ஆண்டு ஜூலை 6-ம் நாள் நடந்தது. ஜோசப் மெய்ஸ்டர் (Joseph Meister) எனும் 9 வயது சிறுவனை பாய்ச்சரிடம் அழைத்து வந்தாள் அவள் அம்மா. அவனுக்கு இரண்டு நாட்களுக்கு முன்புதான் வெறிநாய் கடித்திருந்தது. அவன் அம்மா தன் பையனுக்குத் தடுப்பூசி போடும்படி வற்புறுத்தினாள். தான் கண்டுபிடித்த ரேபீஸ் தடுப்பூசியை இதுவரை மனிதர்களுக்குப் போடவில்லை என்பதால் தயங்கினார். என்றாலும், தடுப்பூசியைப் போடாவிட்டால் அவனுக்கு மரணம் உறுதி என்பதால், பரிட்சார்த்தமாக தடுப்பூசியைப் போட்டுப் பார்ப்போம் என்று முடிவு செய்து, தினமும் ஓர் ஊசி வீதம் மொத்தம் 13 நாட்களுக்குத் தடுப்பூசி போட்டார்; அடுத்த மூன்று மாதங்கள்வரை காத்திருந்தார். இந்தச் சிறுவனுக்கு ரேபீஸ் நோய் வரவில்லை. இதைத் தொடர்ந்து 350 பேருக்கு இந்தத் தடுப்பூசியைப் போட்டு அவர்கள் எல்லோருக்கும் ரேபீஸ் வரவில்லை என்று உறுதியானதும் தன் கண்டுபிடிப்பை உலகத்துக்கு அறிவித்தார். இதைத் தொடர்ந்து உலக நாடுகள் பலவற்றிலிருந்து நாய் கடித்தவர்கள் பாய்ச்சரைத் தேடிவர ஆரம்பித்தனர்.

லூயிஸ் பாய்ச்சர்

பாய்ச்சர் கண்டுபிடித்த ரேபீஸ் தடுப்பூசி, விலங்குகளின் தண்டுவட நரம்புத் திசுவிலிருந்து தயாரிக்கப்பட்ட காரணத்தால், அதைப் போட்டுக்கொண்ட பலருக்கு நரம்பு தொடர்பான பக்க விளைவுகள் ஏற்படுவதை அவருக்குப் பிறகு வந்த ஆராய்ச்சியாளர்கள் கண்டுபிடித்தனர்.

எனவே, அதற்குத் தீர்வு தரும்வகையில் நவீன மருத்துவத் தொழில்நுட்பங்களைப் பயன்படுத்தி புதுவகைத் தடுப்பூசிகளைத் தயாரிக்கத் தொடங்கினர். இப்போது நாம் பயன்படுத்தும் ரேபீஸ் தடுப்பூசிகள் கோழிக் கரு செல்களிலிருந்தும், மனித இரட்டைக் கரு செல்களிலிருந்தும் தயாரிக்கப்படுகின்றன. இவற்றுக்கு அவ்வளவாக பக்கவிளைவுகள் இல்லை; தொப்புளைச் சுற்றிப்போடவேண்டியது இல்லை; 14 ஊசிகளுக்குப் பதிலாக 4 ஊசிகள் புஜத்தில் போட்டுக் கொண்டால் போதும் - ஆகியவை இந்த புது வகைத் தடுப்பூசிகளால் கிடைக்கிற கூடுதல் நன்மைகள்.

4

பார்வையைப் பாதுகாக்கும் மாத்திரை!

மாலைக்கண் நோயைக் கேள்விப்பட்டிருப்பீர்கள்! வைட்டமின் - A சத்துக்குறையால் ஏற்படுகிற நோய் இது. இந்தப் பாதிப்புள்ளவர்கள் குறைந்த வெளிச்சத்தில் எதையும் பார்க்க முடியாது; முக்கியமாக, மாலை நேரத்திற்குப் பிறகு பார்வை குறைந்துவிடும்; இரவில் துப்புரவாகப் பார்வை தெரியாமல் சிரமப்படுவார்கள். ஐந்து வயதுக்கு உட்பட்ட குழந்தைகளை அதிகமாகப் பாதிக்கிற நோய் இது.

சினிமாப் படம் ஓடிக்கொண்டிருக்கும் தியேட்டருக்குள் ஒருவர் நுழையும்போது, பார்வை சரியாகத் தெரியவில்லை என்றாலோ, இரவில் கார் ஓட்டும்போது எதிரில் வரும் வாகனத்தின் வெளிச்சத்தைப் பார்த்துவிட்டுச் சாலையைப் பார்த்தால், பார்வை சரியாகத் தெரியவில்லை என்றாலோ அவருக்கு மாலைக்கண் நோய் இருக்க வாய்ப்புள்ளது.

உடலில் வைட்டமின் - A பற்றாக்குறை ஏற்பட்டதுமே விழிவெண் படலத்தில் ஈரம் காய்ந்து உலர்ந்துவிடும். கண்கள் மின்னும் தன்மையை இழந்துவிடும். விழிவெண்படலத்தில் சுருக்கங்கள் விழுந்து கண்ணின் அழகு கெட்டுவிடும்.

அடுத்து, விழிவெண்படலத்தில் சாம்பல் நிறத்தில், முக்கோண வடிவத்தில் மேடிட்ட புள்ளிகள் தோன்றும். இதற்கு 'பைடாட்ஸ் புள்ளிகள்' (Bitot's Spots) என்று பெயர். இதைத் தொடர்ந்து கருவிழியில் புண்கள் ஏற்படும். அப்போது நாம் பார்க்கும் பொருளின் ஒளிக்கதிர்கள் சரியான அளவில் கண்ணுக்குள் செல்லாது. இதன் விளைவால் பார்வை குறையும். கருவிழியில் தொற்று ஏற்பட்டு,

புண்கள் அதிகமாகி, தழும்பு விழுந்து அது நிரந்தரமாகிவிடும். அப்போது வெளிச்சம் கண்ணுக்குள் புகவே முடியாது என்பதால், பார்வை முற்றிலும் தெரியாது.

இந்தியாவில் மட்டும் ஆண்டுதோறும் சுமார் 5 லட்சம் குழந்தைகள் வைட்டமின் - A பற்றாக்குறை காரணமாக பார்வையை இழக்கிறார்கள். இந்த நிலைமையைத் தடுக்க வேண்டுமானால், வைட்டமின் - A அதிகமுள்ள காரட், பூசணி, கீரை, முட்டைக்கோஸ், டர்னிப், பட்டர் பீன்ஸ், பீர்க்கங்காய், முருங்கைக்காய், அவரைக்காய், மாம்பழம், பப்பாளி, தக்காளி, ஆரஞ்சு, பால், நெய், வெண்ணெய், முட்டை, மீன், மீன் எண்ணெய், இறைச்சி போன்ற உணவுகளைச் சாப்பிடவேண்டும். குழந்தைக்கு ஒரு வயதுக்குள் வைட்டமின் - A ஊசி மருந்தை ஒருமுறை போட்டுக்கொண்டால், பார்வை இழப்பதைத் தடுக்கலாம். அல்லது வைட்டமின் - A மாத்திரையையும் சாப்பிடலாம்.

பார்வையைப் பாதுகாக்கும் வைட்டமின் - A மருந்தைக் கண்டுபிடித்ததே ஒரு வரலாற்று அதிசயம்தான்!

'அலோபதி மருத்துவத்தின் தந்தை' என்று அழைக்கப்படும் ஹிப்போகிரேடஸ் வாழ்ந்த கி.மு. 460க்கும் 367க்கும் இடைப்பட்ட காலத்திலேயே இந்த வைட்டமினின் தேவை அறியப்பட்டிருந்ததாக மருத்துவ வரலாறு கூறுகிறது. அக்காலகட்டத்தில் மாலைக்கண் நோய் வந்த குழந்தைகளுக்குக் கல்லீரல் இறைச்சியைத் தேனில் கலந்து கொடுத்து நோயைக் குணப்படுத்தியுள்ளனர்.

இதை உறுதி செய்யும்விதமாக 19-ஆம் நூற்றாண்டில் ஒரு வரலாற்று நிகழ்வும் பதிவாகியுள்ளது. ஆஸ்திரியா நாட்டைச் சேர்ந்த கடற்படைக் கப்பல் ஒன்று அறிவியல் ஆராய்ச்சிக்காக அடிக்கடி உலகைச் சுற்றி வருவதுண்டு. அதில் பயணம் செய்தவர்கள் பலருக்கும் உண்டான பிரச்னை, மாலைக்கண் நோய். கப்பல் பயணம் சென்று திரும்பியதும் இந்த நோய் அவர்களுக்கு வந்துவிடும்.

ஒருமுறை 'எடார்டு சுவார்ட்ஸ்' (Eduard Schwarz) என்பவர் அந்தக் கப்பலுக்கு டாக்டராக இருந்தார். ஆஸ்திரியா நாட்டின் வியன்னாவிலிருந்து அது கிளம்பும்போது 352 பேர் அதில் பயணம் செய்தனர். அவர்களில் சுமார் 75 பேருக்குத் தினமும் மாலை நேரம் வந்ததும் கண் பார்வை குறைந்துவிடும். அவர்களுக்கு

டேவிஸ்

ஹிப்போகிரேடஸ் காலத்துச் சிகிச்சை முறையைப் பின்பற்ற முன்வந்தார், எடார்டு. அதாவது, எருதுவின் கல்லீரலை அந்த 75 பேருக்கும் தினசரி உணவில் கொடுக்கத் தொடங்கினார். வியப்புக்குரிய விதத்தில் அந்த 75 பேருக்கும் மாலைக்கண் நோய் முற்றிலும் குணமானது.

மெக்கோலம்

அதன் பின்னர் 1912க்கும் 1914க்கும் இடைப் பட்ட காலத்தில் அமெரிக்காவைச் சேர்ந்த மெக்கோலம் (McCollum), டேவிஸ் (Davis) என்னும் இரண்டு உயிர்வேதி யலாளர்கள் விலங்குகளை வைத்துப் பல ஆராய்ச்சிகளைச் செய்து வந்தனர். ஒருமுறை, கோதுமையைப் பிரதான உணவாகக் கொண்ட பசுக்களுக்கு கண் பார்வை பறிபோவது வழக்கமாக இருந்தது. அதேநேரம் மக்காச்சோளத்தைப் பிரதான உணவாகக் கொண்ட பசுக்களுக்குக் கண் பிரச்னைகள் ஏற்படவில்லை. ஆகவே, கோதுமையில் கண் பார்வைக்குத் தேவையான ஒரு சத்துப்பொருள் இல்லை என்பதும், மக்காச்சோளத்தில் அது உள்ளது என்பதும் புலனாயிற்று. ஆனால், அச்சத்துப் பொருள் வைட்டமின் - A தான் என்று அப்போது அவர்களுக்குத் தெரியவில்லை.

அதைத் தொடர்ந்து, அவர்கள் பசுக்களுக்குக் கோதுமை தருவதை நிறுத்திவிட்டு, சுண்டெலிகளை உணவாகக் கொடுக்கத் துணிந்தனர். வெண்ணெயை உணவாகக் கொடுத்து வளர்க்கப்பட்ட சுண்டெலிகள் ஆரோக்கி யத்துடன் வளர்வது மட்டுமல்லாமல், அந்தச் சுண்டெலிகளைப் பசுக்களுக்கு இரையாகக் கொடுத்தால், அவற்றுக்குக் கண் பார்வையில் எக்குறையும் ஏற்பட வில்லை என்பதும் உறுதியானது.

'பால் காரீர்'

அதன்படி வெண்ணெயில் உள்ள ஒரு சத்துப் பொருள் கண் பார்வைக்குத் தேவைப்படுகிறது என்று அவர்கள் அறிவித்தனர். அதற்கு 'கொழுப்பில் கரையும் பொருள்' (Fat soluble factor) என்று பொதுவாகத்தான் பெயரிட்டனர். அதன் பிறகு ஒவ்வொரு வைட்டமினாகக் கண்டுபிடிக்கப்பட்டதும்தான் முதலில்

கண்டுபிடிக்கப்பட்ட அச்சத்துப் பொருளுக்கு 'வைட்டமின் - A' என்று பெயர் வைத்தனர். இவ்வாறு, வைட்டமின் - Aஐ கண்டுபிடித்த பெருமை மெக்கோலம், டேவிஸ் எனும் இருவருக்குச் சென்றடைந்தது. 1931-ல் சுவிட்சர்லாந்து வேதியியலாளர் 'பால் காரீர்' (Paul Karrer) 'வைட்டமின் - A'க்குரிய வேதியியல் வடிவத்தையும் கட்டமைப்பையும் கண்டுபிடித்து, 1937-இல் நோபல் பரிசு பெற்றார்.

இப்படிப் படிப்படியாக கண்டுபிடித்த வைட்டமின் - A மருந்துதான் இன்றைக்கும் பல லட்சக் குழந்தைகளுக்குப் பார்வையை மீட்டுத் தரும் அற்புத மருந்தாகத் திகழ்கிறது.

5

ஆஸ்துமா கட்டுப்படும் அதிசயம்!

'தியோபிலின் மாத்திரையைத் தெரியுமா?' எனக் கேட்டால் உங்களில் பெரும்பாலானோர் 'தெரியாது' என்றுதான் பதில் சொல்வீர்கள். இதையே 'டெரிபிலின்' மாத்திரையைத் தெரியுமா எனக் கேட்டால், 'ஓ! தெரியுமே....இது ஆஸ்துமாவுக்குத் தரப்படும் மருந்து' என்று சட்டென்று பலரும் சொல்வீர்கள்.

இந்த இரண்டுக்கும் என்ன வித்தியாசம்?

தியோபிலின் (Theophylline) என்பது ஆஸ்துமா மருந்தின் வேதியியல் பெயர். டெரிபிலின் (Deriphyllin) என்பது அந்த மருந்தின் வியாபாரப் பெயர். தியோபிலின் மற்றும் ஈட்டோபிலின் மருந்து கலந்த கலவை இது. கடந்த 35 வருடங்களாக உலக அளவில் ஆஸ்துமா நோயாளிகளுக்கு நிவாரணம் தருகிற மருந்தாக டெரிபிலின் மக்களின் நெஞ்சில் இடம் பிடித்துள்ளது. இது மாத்திரை, ஊசி, திரவ மருந்து என மூன்று விதங்களில் கிடைக்கிறது. பிறந்த குழந்தைகள் முதல் முதியோர் வரைக்கும் மூச்சுத்திணறல் வந்துவிட்டால் டெரிபிலினைத்தான் தேட வேண்டும்.

டெரிபிலின் ஆஸ்துமாவை எப்படிக் கட்டுப்படுத்துகிறது என்பதைத் தெரிந்துகொள்ளும் முன்பு ஆஸ்துமாவைக் கொஞ்சம் அறிந்து கொள்வோம்.

மூச்சுவிட சிரமப்படும் நிலைமையைப் பொதுவாக ஆஸ்துமா என்கிறோம். இதில் இரண்டு வகை உண்டு. நுரையீரல் ஆஸ்துமா, இதய ஆஸ்துமா. இதில் நுரையீரல் ஆஸ்துமாதான் அநேகம் பேருக்கு வருகிறது.

ஒவ்வாமையும் பரம்பரைத் தன்மையும்தான் இந்தவகை ஆஸ்துமா வருவதற்கு முக்கியக் காரணங்கள். குறிப்பாக, உணவு, உடை, தூசு, புகை, புகைபிடித்தல், தொழிற்சாலைக் கழிவுகள் போன்றவை ஒவ்வாமையைத் தூண்டும்போது ஆஸ்துமா வருகிறது.

அப்பா, அம்மா இருவருக்கும் ஆஸ்துமா இருந்தால், வாரிசுகளுக்கு ஆஸ்துமா வருவதற்கு 70 சதவிகிதம் வாய்ப்புள்ளது. பெற்றோரில் ஒருவருக்கு மட்டும் ஆஸ்துமா இருந்தால், 50 சதவிகிதம் வாய்ப்பு உள்ளது. குளிரான சீதோஷ்ண நிலை, கடுமையான வெப்பம் இந்த இரண்டுமே ஆஸ்துமாவை வரவேற்பவை.

நுரையீரலில் நோய்த்தொற்று இருந்தால் அது ஆஸ்துமாவைத் தூண்டும். அடிக்கடி சளி பிடித்தால் ஆஸ்துமா நிரந்தரமாகிவிடும். அடுக்குத் தும்மல்கள், மூக்கொழுகல், மூக்கடைப்பு, வறட்டு இருமல் போன்றவற்றுக்கு முறையாக சிகிச்சை எடுக்காதபட்சத்தில் இவை ஆஸ்துமாவுக்கு வழி அமைத்துவிடும்.

டான்சில் வீக்கம், அடினாய்டு வீக்கம், சைனுசைட்டிஸ், பிரைமரி காம்ப்ளக்ஸ், குடல்புழுத் தொல்லை போன்ற நோய்களால் குழந்தைகளுக்கு ஆஸ்துமா வருகிறது. பிறக்கும்போதே குறைந்த எடையுடன் பிறந்த குழந்தைகளுக்கும், நோய் எதிர்ப்புச் சக்தி குறைந்துள்ள குழந்தைகளுக்கும் ஆஸ்துமா வருவது வழக்கம்.

இவை தவிர, மனம் சார்ந்த பிரச்னைகளால்கூட ஆஸ்துமா வரலாம். கவலை, பதற்றம், மன அழுத்தம், கோபம், பயம், அதிர்ச்சி, பரபரப்பு, மனகுழப்பம், அதிகமாக உணர்ச்சிவசப்படுதல் போன்றவற்றை இதற்கு உதாரணங்களாகக் கூறலாம். நாம் சாப்பிடும் சில மருந்துகளால்கூட ஆஸ்துமா வரலாம்.

ஆல்பிரெட்ச் கோசல்

இதுவரை சொன்ன காரணங்களில் ஒன்றோ பலவோ சேர்ந்து நுரையீரலில் உள்ள மூச்சுக்குழல் (Bronchus) தசைகளின் நரம்பு முனைகளைத் தூண்டுகின்றன. இதன் விளைவால் மூச்சுக்குழல் மற்றும் மூச்சுச் சிறுகுழல்களில் (Bronchioles) மென்தசைகள் சுருங்கி விடுகின்றன. அத்தோடு மூச்சுக் குழலில் சவ்வு வீங்கிக்கொள்ள, மூச்சுப் பாதை சுருங்கிவிடுகிறது.

இந்த நேரத்தில் மூச்சுக்குழல்களில் வீங்கிய சவ்விலிருந்து திரவம் சுரக்கிறது. இது ஏற்கெனவே சுருங்கிப்போன

எமில் பிசர்

மூச்சுப்பாதையை இன்னும் அதிகமாக அடைத்துவிடுகிறது. இதனால் மூச்சு விடுவதில் மிகுந்த சிரமம் உண்டாகிறது. மிகக் குறுகிய மூச்சுக்குழல் வழியாக மூச்சை வெளிவிடும்போது 'விசில்' (வீசிங்) போன்ற சத்தம் கேட்கிறது.

இதற்குரிய சிகிச்சையாக டெரிபிலின் மருந்தைத் தேவைக்கு ஏற்ப தசை ஊசியாகவோ, சிரை ஊசியாகவோ, மாத்திரை அல்லது திரவ மருந்தாகவோ பயனாளிக்குத் தருகிறார்கள். இந்த மருந்திற்கு மூச்சுக்குழல் மென்தசைகளை விரித்துவிடக்கூடிய தன்மை உண்டு. மேலும் இது மூளையில் உள்ள மூச்சு மையத்தைத் தூண்டி நெஞ்சில் உள்ள சுவாசத் தசைகள் அனைத்தும் ஒருங்கிணைந்து செயல்பட வைக்கிறது. இதன் பலனாக பயனாளிக்கு மூச்சு விடுவதில் உண்டாகும் சிரமம் குறைகிறது. ஒவ்வாமையை உண்டுபண்ணும் 'ஹிஸ்டமின்' போன்ற காரணிகளைக் கட்டுப்படுத்துகிறது. இப்படிப் பல செயல்பாடுகளால் ஆஸ்துமா கட்டுப்படுகிறது.

பொதுவாக மூச்சுத் திணறல் ஏற்படும்போது இதயமும் தன் இயல்பான பணிகளைச் செய்ய சிரமப்படும். அப்போது தியோபிலின் மருந்தானது இதயத் தசைகளுக்கு ரத்தம் செலுத்தும் ரத்தக் குழாய்களையும் விரியச்செய்து, இதயம் இயல்பாகத் துடிப்பதற்கும் துணை செய்கிறது.

இப்படிப்பட்ட மகத்துவங்கள் மிகுந்த தியோபிலினைக் கண்டுபிடித்தது ஒரு ஜெர்மானிய உயிர் வேதியியலாளர், ஆல்பிரெட்ச் கோசல் (Albrecht Kossel). இவர் மனித செல்லில் உள்ள நியூக்ளிக் அமிலத்தின் வேதிக்கட்டமைப்பைக் கண்டுபிடித்ததற்காக 1910-ல் நோபல் பரிசைப் பெற்ற விஞ்ஞானி. இந்தக் கண்டுபிடிப்புக்கு முன்பே இவர் தியோபிலினைக் கண்டுபிடித்துவிட்டார். 1888-ல் தேயிலை இலைகளை (Thea sinensis) சாறு பிழிந்து அதில் உள்ள மூலக்கூற்றைப் பிரித்தெடுத்து 'தியோபிலின்' எனப் பெயரிட்டார். இதற்குரிய வேதிக்கட்டமைப்பையும் வெளிப்படுத்தினார். இது சிறுநீரைப் பிரியச் செய்யும் மருந்து என்றுதான் சொன்னார். இது ஆஸ்துமாவுக்கும் பயன்படும் என்பது அப்போது அவருக்குத் தெரியாது.

இவருக்குப் பிறகு வந்த எமில் பிசர் (Emil Fischer) மற்றும் லோரன்ச் ஆச் (Lorenz Ach) எனும் இருவர் 1895-ல் செயற்கை முறையில் இதே

வேதிக்கட்டமைப்பில் இந்த மருந்தைத் தயாரிக்கும் முறையைக் கண்டுபிடித்தனர். 1922ம் ஆண்டில் இதன் உண்மையான மருத்துவ குணங்கள் தெளிவாகத் தெரிந்தன. அதற்குப் பிறகுதான் இது ஓர் ஆஸ்துமா மருந்து என அறிவிக்கப்பட்டது.

லோரன்ச் ஆச்

இன்றைய தினம் எல்லாவகை ஆஸ்துமா நோயாளிகளுக்கும் நாட்பட்ட மூச்சுத்தடை நோய் (COPD) உள்ளவர்களுக்கும் தியோபிலின் கைகொடுக்கும் மருந்து. பயனாளியின் தேவைக்கேற்ப தினமும் மூன்று வேளைக்கு இதை எடுத்துக்கொள்ளும்போது மூச்சுத் திணறல் விடைபெற்றுக்கொள்கிறது.

6

அல்சரைக் குணப்படுத்தும் அற்புத மருந்து!

'வயிற்றை வலிக்கிறதா? 'அல்சர்' ஆகத்தான் இருக்கும். ஒரு 'ஜெலுசில்' போட்டுக்கோ, சரியாகிவிடும்!' - பத்து வருடங்களுக்கு முன்னால் வயிற்றுவலி வந்தவர்களுக்கு இப்படித்தான் இலவச ஆலோசனை கூறுவார்கள். இன்றைக்கு இந்த ஆலோசனை இப்படியாக மாறி இருக்கிறது. 'அல்சர் வலிக்கு 'பேன்டபிரசோல்' (Pantoprazole) மாத்திரை போட்டுக்கொண்டால் சரியாகிவிடும்!'

அது என்ன பேன்டபிரசோல்?

நம் இரைப்பையில் ஏற்படுகிற அழற்சியையும் புண்ணையும் குணப்படுத்தும் மருந்து, பேன்டபிரசோல். இப்போதுள்ள அல்சர் மருந்துகளில், வயிற்று வலியை உடனே கட்டுப்படுத்துகிற அற்புத மருந்து இது. மாத்திரையாகவும் ஊசியாகவும் கிடைக்கிறது.

பேன்டபுரசோல் அல்சரை எப்படிக் குணப்படுத்துகிறது என்பதைத் தெரிந்துகொள்வதற்கு முன்பு அல்சர் எப்படி ஏற்படுகிறது என்பதைத் தெரிந்துகொள்வோம்.

உணவுக்குழாய், இரைப்பை, முன்சிறுகுடல் ஆகியவற்றில் ஏற்படும் புண்களைப் பொதுவாக 'பெப்டிக் அல்சர்' (Peptic ulcer) என்கிறோம். இரைப்பையில் புண் ஏற்பட்டால் 'கேஸ்ட்ரிக் அல்சர்' (Gastric ulcer) என்றும், முன்சிறுகுடலில் புண் ஏற்பட்டால் 'டியோடினல் அல்சர்' (Duodenal ulcer) என்றும் அழைக்கிறோம்.

இரைப்பையில் உணவுச் செரிமானம் ஆவதற்கு ஹைட்ரோகுளோரிக் அமிலமும் பெப்சின் என்சைமும் தேவை. இரைப்பைச் சுவர்களில்

நிறைய அமிலச் சுரப்பிகள் உள்ளன. இவற்றில் உள்ள பெரைய்ட்டல் செல்கள் ஹைட்ரோ குளோரிக் அமிலத்தைச் சுரக்கின்றன; சீஃப் செல்கள் பெப்சினைச் சுரக்கின்றன. இந்த இரண்டும் சில காரணங்களால் அளவுக்கு அதிகமாகச் சுரக்கும்போது, இரைப்பை மற்றும் முன்சிறுகுடல் சுவற்றில் உள்ள மியூக்கஸ் படலம் வீங்கிவிடும். இதை 'இரைப்பை அழற்சி' (Gastritis) என்கிறோம். இதற்கு சிகிச்சை பெறத் தவறினால், நாளடைவில் இது இரைப்பைப் புண்ணாக மாறிவிடும்.

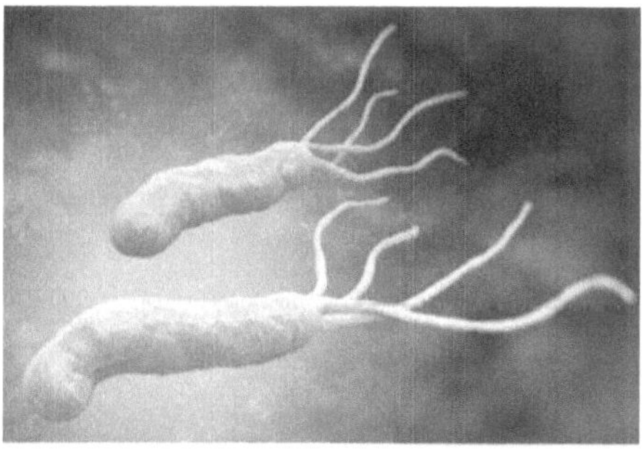

ஹெலிக்கோபாக்டர் பைலோரி

காரம், புளிப்பு, மசாலா மிகுந்த உணவு மற்றும் எண்ணெயில் பொரித்த உணவுகளை அதிகமாகச் சாப்பிடுவது; மது அருந்துவது, புகைபிடிப்பது, கோலா, காபி, தேநீர் பானங்களை அதிகமாகக் குடிப்பது; ஸ்டீராய்டு மாத்திரைகள் மற்றும் ஆஸ்பிரின், புரூஃபென் போன்ற வலிநிவாரணி மாத்திரைகளை மருத்துவரின் ஆலோசனை இல்லாமல் அடிக்கடிச் சாப்பிடுவது; பட்டினி கிடப்பது போன்ற தவறான உணவுப் பழக்கங்கள் இரைப்பைப் புண்ணுக்கு வரவேற்பு கொடுக்கின்றன.

சுகாதாரமற்ற குடிநீர், கலப்பட உணவு, மாசடைந்த சுற்றுச்சூழல் போன்ற காரணங்களால் 'ஹெலிக்கோபாக்டர் பைலோரி' (Helicobacter pylori) எனும் கிருமி உணவுப் பாதைக்குள் நுழைந்து இரைப்பைப் புண்ணை உண்டாக்குகிறது. மனக்கவலை, பணியில் பரபரப்பு, கோபம், தூக்கமின்மை போன்ற காரணிகளும் இரைப்பைப் புண் வருவதைத் தூண்டுகின்றன. நேரம்தவறிச் சாப்பிடுபவர் களுக்கும் காலை உணவைத் தொடர்ந்து தவிர்ப்பவர்களுக்கும் இரைப்பைப் புண் ஏற்படுவதற்கான வாய்ப்புகள் அதிகம்,

இந்த நோய் உள்ளவர்களுக்கு நெஞ்சுப்பகுதியில் எரிச்சல் ஏற்படும். புளித்த ஏப்பம், குமட்டல், வாந்தி உண்டாகும். இரைப்பை காலியாக உள்ள நள்ளிரவு நேரங்களிலும், விடியற்காலையிலும் மேற்புற வயிற்றில் அடிக்கடி வலி வரும். புண் உள்ள இடத்தில் அமிலம் படுவதால், இந்த வலி ஏற்படுகிறது. பொதுவாக, சாப்பிட்டதும் வயிற்றுவலி அதிகமானால், அது கேஸ்ட்ரிக் அல்சர். சாப்பிட்டதும் வலி குறைந்தால், அது டியோடினல் அல்சர்.

இந்த இரண்டு அல்சர்களுக்கும் நல்லதொரு தீர்வு தருகிறது பேன்டபுரசோல். இதை அமெரிக்காவில் அட்லான்டா நகரத்தில் இயங்கி வரும் பைக் குல்டென் (Byk Gulden) எனும் மருந்து நிறுவனம் கண்டுபிடித்தது. இந்தக் கண்டுபிடிப்புக்கு முன்னால் அல்சரைக் கட்டுப்படுத்த சிமெட்டிடின், ரேனிட்டிடின், ஃபெமோட்டிடின் என்ற மருந்துகள் கொடுக்கப்படுவது வழக்கத்தில் இருந்தது.

1973-ல் கிளாக்சோ நிறுவனத்தைச் சேர்ந்த ஜேம்ஸ் பிளாக் என்பவர் அல்சரைக் குணப்படுத்த புதிய வழியைக் கண்டுபிடித்தார். இரைப்பையில் உள்ள பெரைய்ட்டல் செல்களை ஹிஸ்டமின், கேஸ்ட்ரின், அசிடைல்கொலின் எனும் மூன்று வேதிப்பொருள்கள் தூண்டும்போதுதான் ஹைட்ரோகுளோரிக் அமிலத்தைச் சுரக்கின்றன. எனவே இந்தத் தூண்டும்பொருள்களைக் கட்டுப்படுத்தினால் அமிலச் சுரப்பு குறைந்துவிடும் என்ற அடிப்படையில் 'சிமெட்டிடின்' என்ற மருந்தைக் கண்டுபிடித்துப் பயன்படுத்தி வந்தார். அதே நிறுவனத்தைச் சேர்ந்த ஜான் பிரட்ஷா (John Bradshaw) என்பவர் ரேனிட்டிடின் என்ற மருந்தைக் கண்டுபிடித்தார். 'இவை இரண்டும் இரைப்பையில் உள்ள ஹிஸ்டமின் ஏற்பான்களுக்குள் ஹிஸ்டமின் நுழைவதைத் தடுத்து விடும் என்பதால் அமிலம் சுரப்பது குறைந்துவிடும்; இரைப்பைப் புண் குணமாகும்' என்றனர்.

ஆனால், இந்த மருந்துகளுக்கு இரண்டு சிரமங்கள் உண்டாயின. ஒன்று அல்சர் குணமாக தாமதமானது. அடுத்து, அல்சரிலிருந்து ரத்தம் கசிந்தால் உடனே அதை நிறுத்த முடியவில்லை. இதனால் அல்சருக்கு வேறு சிறந்த மருந்தைக் கண்டுபிடிக்க வேண்டிய அவசியம் ஏற்பட்டது.

1977-ல் ஜார்ஜ் சாச், ஜான் ஃபபர்ட் எனும் இருவர் 'இரைப்பையில் அமிலம் சுரக்கிற சுழற்சிப்படிகளின் இறுதியில் 'ஹைட்ரஜன், பொட்டாசியம் ஏடிபியேஸ்' (H+ K+ ATPase) எனும் என்சைம்தான் முக்கியமாக ஈடுபடுகிறது. இதைத் தடுத்துவிட்டால், அமிலம் சுரப்பது கட்டுப்படும்' என்ற புதிய கருத்தைத் தெரிவித்தனர். இந்த என்சைமுக்கு 'புரோட்டான் பம்ப்' என்று பெயரிட்டனர். இந்தக் கோட்பாட்டை அடிப்படையாக வைத்து 1979-ல் சுவீடன் நாட்டில் ஹசல் நிறுவனம் 'ஒமிபிரசோல்' என்ற மருந்தைத் தயாரித்தது. இதுதான் முதன் முதலில் கண்டுபிடிக்கப்பட்ட புரோட்டான் பம்ப் தடுப்புமருந்து. இதன் வேதிப்பண்பை தொடர்ந்து ஆராய்ச்சி செய்துவந்த பைக் குல்டென் நிறுவனம் இதன் வேதிக்கட்டமைப்பில்

சில மாற்றங்களைச் செய்து 1986-ல் பேன்டபிரசோல் மருந்தைக் கண்டுபிடித்தது. ஆனால், 1994-ல்தான் மக்கள் பயன்பாட்டுக்கு வந்தது.

இன்றைய இயந்திரத்தனமான வாழ்க்கைமுறையில் மன அழுத்தம் காரணமாகவே பெரும்பாலோருக்கு அல்சர் வருகிறது. இந்தவகை அல்சரைக் குணப்படுத்தும் ஆற்றல் மற்ற அல்சர் மருந்துகளைவிட பேன்டபுரோசலுக்குத்தான் அதிகம். ரத்தக் கசிவுள்ள அல்சரைக் கட்டுப்படுத்துவதிலும் இதுவே முதலிடம் வகிக்கிறது.

7

வலிப்பைக் கட்டுப்படுத்தும் மருந்து!

நோய்களைத் தீர்க்கும் மருந்துகளைக் கண்டுபிடிக்க உலக அளவில் எத்தனையோ ஆராய்ச்சியாளர்கள் இரவு பகல் பாராமல் உழைத்துக் கொண்டிருக்கின்றனர். சில மருந்துகளை சீக்கிரத்தில் கண்டுபிடித்து விடுகின்றனர். சிலவற்றை தற்செயலாக கண்டுபிடிக்கின்றனர். முதன் முதலில் கண்டுபிடிக்கப்பட்ட ஆன்டிபயாடிக் பெனிசிலின் இப்படிக் கண்டுபிடிக்கப்பட்டதுதான். சில மருந்துகளைக் கண்டுபிடிக்க காலம் கடந்துகொண்டே போகிறது. உதாரணத்துக்கு, ரேபீஸ் நோய்க்கு இன்னமும் மருந்து கண்டுபிடிக்கமுடியவில்லை. அதற்கு தடுப்பூசி தான் உள்ளது.

சில மருந்துகளைப் பரிட்சார்த்த முறையில் கொடுத்துப் பார்க்கிறார்கள். சமயங்களில் வெற்றி கிட்டிவிடுகிறது. அப்படிக் கண்டுபிடிக்கப்பட்டதுதான் வலிப்பு நோய்க்குத் தரப்படுகிற 'பீனோபார்பிட்டோன்' மருந்து. 'கார்டினால்' என்பது இதன் வியாபாரப் பெயர். மாத்திரை, ஊசி, திரவ மருந்தாக இது கிடைக்கிறது.

இந்த மருந்தைத் தெரிந்துகொள்ள வேண்டுமானால் வலிப்பு நோயையும் தெரிந்திருக்கவேண்டும்.

மூளை, நரம்பு தொடர்பான நோய்களில் தலைவலிக்கு அடுத்தபடியாக அதிகம் பேரைப் பாதிப்பது, வலிப்பு நோய். 'காக்காய் வலிப்பு' என்று தவறாக அழைக்கப்படுகிற இந்த நோய் இடம், பொருள், ஏவல் பார்க்காமல் திடீரெனத் தாக்கும் . இதுவே ஒரு நோயல்ல. மூளை பாதிக்கப்பட்டுள்ளது என்று தெரிவிக்கும் அறிகுறி மட்டுமே.

மூளை மற்றும் நரம்பு செல்களில் தகவல் பரிமாற்றம் செய்வதற்கு அந்த செல்களுக்கிடையில் இயல்பாகவே மிகச் சிறிய அளவில்

மின்சாரம் உற்பத்தியாகிறது. ஏதாவது ஒரு காரணத்தால் மூளையில் உண்டாகிற அதீத அழுத்தத்தால் இந்த மின்சாரம் அபரிமிதமாக உற்பத்தியாகி, ஒரு மின் புயல்போல் கிளம்புகிறது. அது நரம்புகள் வழியாக உடல் உறுப்புகளுக்குக் கடத்தப்படுகிறது. அப்போது உறுப்புகளின் இயக்கம் மாறுபட்டு, கை, கால்கள் உதறத் தொடங்குகின்றன. இதைத்தான் 'வலிப்பு' என்கிறோம். பூமியின் உள் அடுக்குகளில் உண்டாகிற அதிகப்படியான அதிர்வுகள் நிலநடுக்கத்தை ஏற்படுத்துவதைப்போல, மூளையில் உண்டாகிற மின் அதிர்வுகள் வலிப்புக்குக் காரணமாகின்றன.

ஆல்ஃபிரட் ஹாப்ட்மேன்.

பரம்பரை, தலையில் அடிபடுதல், பிறவியிலேயே மூளை வளர்ச்சிக் குறைபாடு, மூளையில் கட்டி, ரத்தக்கசிவு, ரத்தம் உறைதல், கிருமித் தொற்று, மூளைக் காய்ச்சல், மூளை உறை அழற்சி காய்ச்சல், டெட்டனஸ் போன்றவை வலிப்பு வருவதற்கு முக்கியமான காரணங்கள். உயர் ரத்த அழுத்தம், நீரிழிவு, சிறுநீரகக்கோளாறுகள் போன்றவையும் வலிப்பு வருவதைத் தூண்டக்கூடியவையே. கர்ப்பிணிகளுக்கு ரத்தக்கொதிப்பு இருந்தால், பிரசவ காலத்தில் வலிப்பு வருவதுண்டு. சிலருக்கு மன உளைச்சல் காரணமாக 'பொய் வலிப்பு' (Pseudo seizure) வருவதும் உண்டு.

பிறக்கும்போது ஏற்படும் ஆக்சிஜன் குறைபாடுகள், குறைப் பிரசவம், பிரசவ காலத் தொற்றுநோய்கள், பிரசவத்தின்போது தலையில் அடிபடுதல் போன்றவற்றால் குழந்தைகளுக்கு வலிப்பு வருகிறது. இவர்களின் ரத்தத்தில் கால்சியம், குளுக்கோஸ், மக்னீசியம் அளவு குறைந்தாலும் வலிப்பு வரும். குழந்தைகளுக்கு காய்ச்சல் காரணமாக வலிப்பு வருவதுதான் அதிகம்.

பொதுவாக வலிப்பு நோய் திடீரென்றுதான் வரும். என்றாலும், அது வருவதற்குச் சில நிமிடங்களுக்கு முன்னதாக, 'ஆரா' (Aura) என்று அழைக்கப்படுகிற எச்சரிக்கை மணி அடிப்பதுபோன்ற அறிகுறிகள் தோன்றலாம். அவை: திடீர் தலைவலி, உடல் சோர்வு, குழப்பமான மனநிலை, பதட்டம், பயம், வியர்த்தல், காதில் மாயக் குரல் கேட்பது, கண்கள் கூசுவது அல்லது மங்கலான பார்வை, உடலில் மதமதப்பு, நடை தடுமாற்றம்.

எமில் ஃபிஸ்சர்

இன்றைய நவீன மருத்துவத்தில் வலிப்பைக் கட்டுப்படுத்தவும் மீண்டும் வராமல் தடுக்கவும் நிறைய மாத்திரைகள் உள்ளன. அவற்றில் குறைந்த செலவில் மிகுந்த பலன் தருவது, 'பீனோபார்பிட்டோன்' (Phenobarbitone) மருந்து. இதை 1902-ல் கண்டுபிடித்தவர்கள் ஜெர்மனியைச் சேர்ந்த எமில் ஃபிஸ்சர், ஜோசப் வான் மெரிங் எனும் இருவர். இதை வலிப்பு நோய்க்காக இவர்கள் கண்டுபிடிக்கவில்லை. தூக்க மருந்தாகவும், மனோவசிய மருந்தாகவும்தான் இதை நோயாளிகளுக்குக் கொடுக்கச் சொன்னார்கள்.

இதை வலிப்பு நோயாளிக்கும் கொடுக்கலாம் என்று 1912-ல் கண்டுபிடித்துச் சொன்னவர், அதே நாட்டைச் சேர்ந்த ஆல்ஃபிரட் ஹாப்ட்மேன் (Alfred Hauptmann). இவர் தன்னுடைய மருத்துவமனையில் இரவுப் பணியில் இருந்தபோது உள்நோயாளியாக இருந்த வலிப்பு நோயாளிகள் பலர் தூக்கம் வரவில்லை என்று தொடர்ந்து புகார் சொல்லிக்கொண்டிருந்தனர். அவர்கள் அப்போது 'புரோமைட்' (Bromide) எனும் மருந்தை வலிப்பு நோய்க்காக சாப்பிட்டுக் கொண்டிருந்தனர். இது பக்கவிளைவுகள் அதிகமுள்ள மருந்து. இந்த மருந்தினாலேயே தூக்கம் கெடும். இதை நிறுத்தி விட்டால் தூக்கம் வந்துவிடும். ஆனால் வலிப்பு கட்டுப்படாதே...... என யோசித்த ஹாஃப்ட்மேன், இவர்களுக்கு பீனோபார்பிட்டோன் மருந்தை இரவில் தூக்கம் வருவதற்காக கொடுத்துப் பார்த்தார். அப்போதுதான் அந்த மருந்தின் இன்னொரு மகத்துவம் தெரிந்தது. இதைச் சாப்பிட்ட வலிப்பு நோயாளிகளுக்கு நல்ல தூக்கம் வந்தது. அதேவேளையில் அவர்களுக்கு வலிப்பு வருவது நின்றுவிட்டது. ஆனால், வலிப்பை நிறுத்தியது புரைமைட் மருந்தா, பீனோபார்பிட்டோன் மருந்தா எனச் சந்தேகம் இருந்தது.

ஜோசப் வான் மெரிங்

அதைத் தெரிந்துகொள்ள அவர்கள் ஏற்கெனவே சாப்பிட்டுக் கொண்டிருந்த

புரோமைட் மருந்தை நிறுத்திவிட்டு, 'பீனோபார்பிட்டோன்' மருந்தை மட்டுமே சாப்பிடச் சொன்னார். அவர் நினைத்தது சரியாகத்தான் இருந்தது. 'பீனோபார்பிட்டோன்' மருந்து வலிப்பு நோயையும் கட்டுப்படுத்துகிறது என்பது உறுதியானது. இதை தன் ஆராய்ச்சிக் கட்டுரையில் வெளியிட்டார். உலகில் மற்ற மருத்துவர்களும் இதை ஒப்புக்கொண்டனர். ஆனால் வலிப்பை இது எப்படிக் கட்டுப்படுத்துகிறது என்கிற விஷயம் மட்டும் தெரியாமல் இருந்தது.

பின்னால் வந்த ஆராய்ச்சியாளர்கள், 'இது நரம்பு செல்களுக்கு அதிக அளவில் குளோரைட் அயனிகளைக் கொடுத்தும், குளுட்டமேட் எனும் வேதிப்பொருள் நரம்பு செல்களுக்குள் நுழைவதைத் தடுத்தும், நரம்பு மற்றும் தசைகளின் மின் அதிர்வுகளைக் கட்டுப்படுத்துவதன் பலனாக வலிப்பு நோய் கட்டுப்படுகிறது' என்று கண்டுபிடித்தனர்.

இன்றைக்கும் உலகில் உள்ள கோடிக்கணக்கான வலிப்பு நோயாளிகளுக்குப் பெரிதும் கை கொடுக்கும் மருந்து இதுதான்.

8

சளியை விரட்டும் வைட்டமின் மாத்திரை!

'வைட்டமின்களில், உலக வரலாற்றில் இடம் பிடித்த வைட்டமின் எது?' என்று கேட்டால், 'வைட்டமின்-சி' என்றுதான் பதில் சொல்ல வேண்டும். 'நோயாளிகளுக்கு மருந்து கொடுத்தால் மட்டுமே நோய் சரியாகும்' என்று நம்பிக்கொண்டிருந்த காலம் அது. அந்த நேரத்தில், சில நோய்களை உணவு கொடுத்தும் குணப்படுத்தலாம் என்று ஒரு புதிய வழியைக்கண்டுபிடிக்க உதவியது, இந்த வைட்டமின்தான்.

வைட்டமின்-சி நம் உடலுக்கு மிகவும் அத்தியாவசியமான ஒரு வைட்டமின். இதை நம் உடலால் தயாரிக்க முடியாது. உண்ணும் உணவிலிருந்தும் மாத்திரை, மருந்துகள் மூலமும்தான் பெற முடியும்.

ஆரஞ்சு, திராட்சை, எலுமிச்சை, நெல்லிக்காய், கொய்யா ஆகியவற்றில் வைட்டமின்-சி அதிகமுள்ளது. முட்டைக்கோஸ், தக்காளி, காலிஃபிளவர், பப்பாளி, மாம்பழம், அன்னாசி, ஸ்ட்ராபெரி, முளை கட்டியத் தானியங்கள், கீரைகள், பச்சைநிறக் காய்கறிகள் ஆகியவற்றிலும் இது மிகுந்துள்ளது.

வைட்டமின் - சி செய்யும் மிக முக்கியப் பணி, ரத்தத்தில் புரோலின் (Proline) எனும் அமினோ அமிலத்திலிருந்து 'ஹைட்ராக்சி புரோலின்' (Hydroxyproline) எனும் வேதிப்பொருளைத் தயாரித்து அளிப்பது. இந்த வேதிப்பொருள் 'கொலாஜென்' (Collagen) எனும் புரதம் தயாரிக்க உதவுகிறது. ஒரு கட்டடத்தில் செங்கல்களை ஒட்டவைக்க சிமெண்டைப் பயன்படுத்துகிறோமல்லவா? அதுபோல இந்தக் கொலாஜென்தான் உடலில் உள்ள எல்லா செல்களையும் ஒன்றுடன் ஒன்று இணைக்கிறது; ரத்தக்குழாய்த் திசுக்களை திடப்படுத்துகிறது;

எலும்புத் திசுக்களை வலுப்படுத்துகிறது; பற்களையும் ஈறுகளையும் இணைத்துப் பாதுகாக்கிறது.

உடலில் ரத்தச் சிவப்பணுக்கள் உற்பத்தி ஆவதற்கும், உடல் திசுக்களில் ரத்தக்கசிவு உண்டாகாமல் பார்த்துக்கொள்வதற்கும் கொலாஜென் தேவை. உடலில் வைட்டமின் - சி போதிய அளவில் இல்லையென்றால், கொலாஜென் உற்பத்தி குறைந்துவிடும். அப்போது மேற்சொன்ன பணிகளை உடலால் மேற்கொள்ள முடியாது.

ஆல்பர்ட் ஸென்ந்த் க்யோர்கி

மேலும் இது உடலில் நோய்த் தடுப்பாற்றலை ஊக்குவிக்கிறது. வைரஸ், பாக்டீரியா போன்ற தொற்றுக்கிருமிகளிடமிருந்தும் பாதுகாப்பு அளிக்கிறது. குறிப்பாக, நமக்கு சளி, தடுமம் பிடிக்காமல் பார்த்துக்கொள்கிறது. அடிபட்ட காயங்கள், புண்கள், தீக்காயங்கள், அறுவைச் சிகிச்சைப் புண்கள் போன்றவற்றை விரைவில் குணப்படுத்துகிறது. ரத்தக் கொழுப்பைக் குறைக்கிறது; ரத்த அழுத்தம் அதிகமாவதைத் தடுக்கிறது; அண்மையில் இது மாரடைப்பையும் தடுக்கிறது என்று கண்டுபிடித்திருக்கிறார்கள்.

வைட்டமின் - சி பற்றாக்குறையால் ஏற்படும் ஒரு முக்கிய நோய், 'ஸ்கர்வி' (Scurvy). இது பல், ஈறு, தோல், ரத்தக்குழாய், எலும்பு போன்ற பல உறுப்புகளைப் பாதிக்கின்ற நோய். பாதிக்கப்படும் உறுப்பைப் பொறுத்து உடலில் அறிகுறிகள் தோன்றும்.

கண்ணில் விழிவெண்படலத்தில் ரத்தப்புள்ளிகள் தெரியும். மூக்கிலிருந்து ரத்தம் கொட்டும். சிறுநீரில் ரத்தம் வெளியேறும். மலம் ரத்தம் கலந்து போகும். எலும்புகள் பலவீனமாக இருக்கும்; மூட்டுகள் சரியாக இணையாமல் இருக்கும். அப்போது நாம் லேசாகத் தரையில் விழுந்துவிட்டால்கூட கை, கால் எலும்புகள் முறிந்துவிடும். அல்லது எலும்பு மூட்டுகளில் ரத்தக்கசிவு உண்டாகி, வீங்கி வலிக்கும்.

இப்படி ஏற்படுகிற பல பிரச்னைகளுக்கும் இப்போது வைட்டமின் - சி மாத்திரைகளைக் கொடுத்து குணப்படுத்துகிறார்கள். இந்த மருந்தைக் கண்டுபிடித்த விதமும் ஒரு வரலாற்று சுவாரஸ்யம்தான்.

கி.பி. பதினைந்தாம் நூற்றாண்டிற்கும் பதினெட்டாம் நூற்றாண்டுக்கும் இடைப்பட்ட 300 ஆண்டுகளில் உலகில் சுமார் 20 லட்சம் பேர் ஸ்கர்வி நோயால் உயிரிழந்திருப்பார்கள் என்கிறது ஒரு புள்ளிவிவரம். அப்படி

ஹாஓர்த்'

இறந்தவர்களில் பெரும்பாலோர் கடலில் பயணம் செய்தவர்கள் அல்லது மாலுமிகள் என்பது குறிப்பிடத்தக்கது. 1498ஆம் ஆண்டில் வாஸ்கோடகாமா இந்தியாவுக்கு வந்தபோது அவருடைய கப்பலில் மூன்றில் இரண்டு பங்கு பேர் இந்த நோயால் இறந்துவிட்டனர் என்று வரலாறு கூறுகிறது. இந்தக் கொடூர இறப்புக்கு முற்றுப்புள்ளி வைத்தவர் 'ஜேம்ஸ் லிண்ட்' (James Lind) எனும் இங்கிலாந்து மருத்துவர்.

இவர் 1747ஆம் ஆண்டில் இங்கிலாந்து கடற்படையில் மருத்துவராகப் பணி செய்த போது தன் கப்பலில் பயணம் செய்தவர்கள் அனைவருக்கும் உணவு இடைவேளைகளில் ஆரஞ்சுப் பழச்சாறு அல்லது எலுமிச்சைப் பழச்சாறு தருவதை வழக்கமாகக் கொண்டிருந்தார். அதன் காரணமாக அவருடைய கப்பலில் பயணம் செய்தவர்களுக்கு ஸ்கர்வி நோய் ஏற்படவில்லை. மரணங்களும் நிகழவில்லை. அதேநேரத்தில் மற்ற கப்பல்களில் பயணம் செய்தவர்கள் ஆயிரக்கணக்கில் இறந்துகொண்டிருந்தனர். இதனை அடிப்படையாகக் கொண்டு, 1753ஆம் ஆண்டில் ஸ்கர்வி நோயைத் தடுக்க வேண்டுமானால் நிறைய ஆரஞ்சுப் பழச்சாறு அல்லது எலுமிச்சைப் பழச்சாறுகளைச் சாப்பிட வேண்டும் என்று ஆலோசனை கூறினார், லிண்ட்.

அதை ஆதாரமாக வைத்து 1785ஆம் ஆண்டிலிருந்து 'இங்கிலாந்து ராயல் நேவி'யைச் சேர்ந்த அனைத்துக் கப்பல்களிலும் 'பயணிகளுக்கு ஆரஞ்சுப் பழச்சாறு கொடுப்பது' கட்டாயமாக்கப்பட்டது. இதன் பலனால் அக்கப்பல்களில் பயணம் செய்தவர்களுக்கு ஸ்கர்வி நோய் ஏற்படவில்லை.

1930ல் ஹங்கேரி நாட்டைச் சேர்ந்த ஆல்பர்ட் ஸென்ந்த் க்யோர்கி (Albert Szent - Gyorgi) எலுமிச்சையிலிருந்து ஓர் அமிலத்தைப் பிரித்தெடுத்து 'ஹெக்சூரோனிக் அமிலம்' (Hexuronic acid) என்று பெயரிட்டார். அதை ஸ்கர்வி நோயாளிகளுக்குக் கொடுத்துப் பார்த்தார். நோய் குணமானது. பின்னாளில் அதற்கு 'வைட்டமின் - சி' என்று பெயர் வந்தது. இப்படி 'வைட்டமின் - சி'ஐக் கண்டுபிடித்த பெருமை 'க்யோர்கி'க்கு வந்தது. அதற்காக அவர் 1937ல் நோபல் பரிசு பெற்றார்.

அதன் பின்னர், 'ஹாஓர்த்' (Haworth) என்பவர் 'வைட்டமின் - சி'க்குரிய வேதிஅமைப்பைக் கண்டறிந்தார். அவர் 'ஹெக்சூரோனிக் அமிலம்' என்ற பெயரை நீக்கிவிட்டு 'அஸ்கார்பிக் அமிலம்' (Ascorbic Acid) என்று பெயரிட்டார். இவருக்குப்பிறகுதான் வைட்டமின் - சி மாத்திரை மற்றும் திரவ மருந்துகள் வேதியியல் அடிப்படையில் தயாரிக்கப்பட்டு நடைமுறைக்கு வந்தன. இன்றைக்கும் பல கோடி பேருக்கு ஆரோக்கியம் காக்கின்றன.

9

விபத்துபோல் பிறந்த மருந்து; பெனிசிலின் பிறந்த கதை!

ஸ்டெஃபிலோகாக்கஸ், ஸ்ட்ரெப்டோகாக்கஸ், நீமோக்காக்கஸ், நைசீரியே, டிப்தீரியே, கிளாஸ்டிரிடியே... உச்சரிக்கவே சிரமப்படுத்தும் இந்தச் சொற்கள் எவற்றைக் குறிக்கின்றன?

நம் உடலின் ஆரோக்கியத்துக்கு வேட்டுவைக்கும் பாக்டீரியா கிருமிகள் இவை!

அசுத்தமான உணவு, குடிநீர், காற்று மூலம், நோயாளியைத் தொடுவதன் மூலம், பாலுறவு மூலம் நம் உடலை அடைந்து நோய்களை ஏற்படுத்தும் கிருமிகள். தோலில் தோன்றும் புண்கள், தொண்டைப் புண், காதில் சீழ் வடிதல், ருமாட்டிக் காய்ச்சல், ருமாட்டிக் மூட்டழற்சி, இதய உறை அழற்சி, நிமோனியா, மூளை உறைக் காய்ச்சல், தொண்டை அடைப்பான், டெட்டனஸ், கொனோரியா, சிபிலிஸ் என்று பலதரப்பட்ட நோய்கள் வருவதற்கு இந்தக் கிருமிகள்தான் காரணம்.

1927ம் ஆண்டுவரை உலகில் எந்த ஒரு நாட்டிலும் இவற்றை அழிப்பதற்கான வழி எதுவும் இல்லை; வந்த நோயோடு போராட வேண்டும் அல்லது நோயாளி இறக்கவேண்டும் எனும் நிலைமைதான் இருந்தது. 1928ம் ஆண்டு செப்டம்பர் மாதம் 28ம் நாள் வெள்ளிக்கிழமை மருத்துவ உலகம் மறக்க முடியாத நாளாக அமைந்தது. ஆம், அன்றுதான் உலகில் முதன்முதலில் பாக்டீரியாக்களைக் கொல்லும் பெனிசிலின் எனும் ஆன்டிபயாடிக் மருந்து கண்டுபிடிக்கப்பட்டது. இன்றைக்கு நூற்றுக்கணக்கான ஆன்டிபயாட்டிக்

மருந்துகள் நடைமுறையில் உள்ளன. என்றாலும், எல்லாவற்றுக்கும் முன்னோடி பெனிசிலின் மருந்துதான்.

இது எப்படி பாக்டீரியாக்களை கொல்கிறது?

பாக்டீரியாக்களின் செல் சுவர்கள் பெப்டிடோகிளைக்கான் எனும் புரதப்பொருளால் ஆனவை. இந்தப் புரதம் உண்டாவதற்கு டிரான்ஸ்பெப்டிடேஸ் எனும் என்சைம் உதவுகிறது. இந்த உதவியை நிறுத்திவிட்டால் பாக்டீரியாக்கள் வளர முடியாது. இறந்துவிடும். மேலே சொன்ன நோய்களும் கட்டுப்படும். இந்த அற்புதச் செயலைச் செய்கிறது, பெனிசிலின். டிரான்ஸ்பெப்டிடேஸ் என்சைமை அழித்து பாக்டீரியாக்களை கொல்கிறது.

இது எதிர்பாராமல் நடந்த ஒரு விபத்துபோல் கண்டுபிடிக்கப்பட்ட மருந்து! மருத்துவ சிகிச்சைக்கு ஒரு புதிய பாதையைக் காட்டிய மருந்து! இதைக் கண்டுபிடித்தவர் இங்கிலாந்து நாட்டின் விஞ்ஞானி சர் அலெக்ஸாண்டர் ஃபிளெமிங்.

இவர் முதல் உலகப்போரின் போது ராயல் ராணுவ மருத்துவப் பிரிவில் பணிபுரிந்தார். அப்போது ஆயிரக்கணக்கான போர் வீரர்களுக்குச் சிகிச்சை அளிக்கும் வாய்ப்பு இவருக்குக் கிடைத்தது. போரில் காயமடைந்த வீரர்கள் அவர்களுக்கு ஏற்பட்டிருந்த காயங்களில் சீழ் பிடித்துப் புரையோடி இறந்தனர். காரணம், அந்தக் காயங்களில் சீழ் பிடிக்கக் காரணமாக இருந்த பாக்டீரியா கிருமிகளைக் கொல்வதற்கு அப்போது எவ்விதக் கிருமிக்கொல்லி மருந்தும் மருத்துவர்களிடம் இல்லை. இந்தக் கொடிய நிலைமை ஃபிளெமிங் மனதைக் குடைந்து கொண்டே இருந்தது.

இந்த அவல நிலைமையை எப்படியாவது களையவேண்டும் என்று தீவிரமாக களமிறங்கிய ஃபிளெமிங், 1922ல் 'லைசோசைம்' என்ற கிருமிநாசினியைக் கண்டுபிடித்தார். ஆனால் இது பாக்டீரியாக்களைக் கொல்லும் அளவுக்கு ஆற்றல் உள்ளதாக இல்லை. என்றாலும் ஃபிளெமிங் மனம் தளரவில்லை. தொடர்ந்து தன் ஆய்வுகளை அதிகப்படுத்தினார்.

ஃபிளெமிங் 1928ம் ஆண்டில் 'ஸ்டெஃபிலோகாக்கஸ்' எனும் ஒருவகை பாக்டீரியா கிருமிகள்பற்றி ஆராய்ச்சி செய்து கொண்டிருந்தார். ஃபிளெமிங் ஒரு தீவிரமான மருத்துவ ஆராய்ச்சியாளராக இருந்த போதிலும் தன்னுடைய ஆராய்ச்சிக் கூடத்தை சுத்தமாக வைத்துக் கொள்வதிலும் ஆராய்ச்சி முடிவுகளை ஒழுங்குபடுத்தி வகைப் படுத்துவதிலும் அவர் சரியான சோம்பேறி. அவர் ஆராய்ச்சிக்கூடம் எப்போது பார்த்தாலும் ஒரு போர் நடந்து முடிந்த போர்க்களம்போல அலங்கோலமாக இருக்கும் என்பதே அதற்குச் சான்று.

ஃபிளெமிங்

ஒருமுறை ஃபிளெமிங் தான் வளர்த்து வந்த 'ஸ்டெஃபிலோகாக்கஸ்' கிருமிகள் அடங்கிய கண்ணாடி தட்டுகளை ஆராய்ச்சி அறையில் அப்படி அப்படியே போட்டு விட்டு இரண்டு வார விடுப்பில் சென்றுவிட்டார். விடுமுறை முடிந்து அறைக்குத் திரும்பியபோது அறையில் துர்நாற்றம் வீசியது. ஃபிளெமிங் அந்தக் கண்ணாடி தட்டுகளைக் கவனித்தார். அவற்றில் பூஞ்சைக் காளான்கள் வளர்ந்திருந்தன. அறையில் துர்நாற்றம் வீசியதற்குக் காரணம் அந்தப் பூஞ்சைகள்தான். கெட்டுப்போன ரொட்டித் துண்டுகளில் திட்டுத் திட்டாக லேசான பச்சை நிறத்தில் காணப்படுமே... அதுதான் பூஞ்சைக்காளான்!

ஃபிளெமிங், பூஞ்சைக்காளான் பாதித்த அந்தக் கண்ணாடித் தட்டுகளை குப்பையில் போட நினைத்தார். ஆனால் நம் ஊரில் செய்வது போல உடனே அவற்றை குப்பையில் போட முடியாது. எந்தக் கிருமியையும் அழித்த பின்புதான் குப்பையில் போட முடியும். அதனால் கிருமிகளைக் கொல்லும் ஒரு திரவத்தில் அந்தக் கண்ணாடி தட்டுகளை முக்கி வைத்தார்.

சில நாள்கள் கழித்து ஃபிளெமிங்கின் நண்பர் ஒருவர் அவரைக் காண வந்தார். அந்த நண்பரிடம் தான் எதைப் பற்றி ஆராய்ச்சி செய்கிறேன் என்று காண்பிப்பதற்காக, குப்பையில் போட நினைத்த கண்ணாடி தட்டுகளை வெளியில் எடுத்தார். என்ன ஆச்சரியம்!

ஏறத்தாழ எல்லா கண்ணாடி தட்டுகளிலும் 'ஸ்டெஃபிலோகாக்கஸ்' கிருமிகள் உயிரோடு இருக்க, ஒரு பகுதியில் மட்டும் அந்தக் கிருமிகள் முழுவதுமாக இறந்திருந்தன. உடனே அந்தப் பகுதியில் இருந்த பூஞ்சைக் காளானை எடுத்து ஆராய்ச்சி செய்தார். அது 'பெனிசிலின்

பூஞ்சை பிடித்த பழம்

நொட்டேட்டம்' எனும் பூஞ்சை என்றும், அதற்குப் பாக்டீரியாக் களைக் கொல்லும் ஆற்றல் உள்ளது என்றும் தெரிந்து கொண்டார். அந்தப் பூஞ்சையிலிருந்து ஒரு கிருமிக்கொல்லி மருந்தைத் தயாரித்தார். அதுதான் பெனிசிலின் ஊசி மருந்து!

1941ல் நடந்த இரண்டாம் உலகப்போரின்போது பல்லாயிரக் கணக்கான போர் வீரர்களைக் காப்பாற்ற இந்த மருந்து உதவியது. இதன் மூலம் ஃபிளெமிங்கின் கனவு நனவானது. இந்த அற்புத கண்டுபிடிப்புக்காக 1945ல் இங்கிலாந்து மன்னர் அவருக்கு நோபல் பரிசு வழங்கினார்.

இன்றைக்கும் ருமாட்டிக் காய்ச்சல், சிபிலிஸ், டெட்டனஸ், கொனோரியா, 'மெனிஞ்சைட்டிஸ்' எனும் மூளை உறைக் காய்ச்சல் போன்ற பல கடுமையான நோய்களைத் தீர்ப்பதில் பெனிசிலினுக்குத் தான் முதலிடம்!

10

நீரிழிவைக் கட்டுப்படுத்தும் மாத்திரை!

இந்தியாவில் ஏழு கோடிப் பேருக்கு நீரிழிவு நோய் உள்ளது. தமிழ்நாட்டில் 90 லட்சம் பேர் இந்த நோயால் அவதிப்படுகிறார்கள். குழந்தைகள் முதல் வயதானோர்வரை எல்லா வயதினரையும் பாதிக்கிற நோயாகவும் உள்ளது.

சாதாரணமாக ஒருவருடைய ரத்தத்தில் குளுக்கோஸ் அளவு 120 மி.கி/ டெசி லிட்டர் என்று இருக்கவேண்டும். இது 200க்கு மேல் அதிகரித்தால் அதை நீரிழிவு என்கிறோம். நம் உடலில் உள்ள கணையத்தில் இன்சுலின் என்ற ஹார்மோன் சுரக்கிறது. இதுதான் ரத்தத்தில் குளுக்கோஸ் அளவைக் கட்டுப்பாட்டில் வைத்துக்கொள்கிறது.

இன்சுலின் சரியான அளவில் சுரக்கவில்லை என்றால் ரத்தத்தில் குளுக்கோஸ் அளவு அதிகரித்து நீரிழிவு நோய் வந்துவிடும். சிலருக்கு இன்சுலின் சரியாக சுரக்கும்; ஆனால் வேலை செய்யாது. காரணம் செல்களில் இன்சுலினை ஏற்றுக்கொள்கிற ஏற்பான்களின் (Receptors) எண்ணிக்கை குறைவாக இருக்கும். இவை இன்சுலினை செல்களுக்குள் நுழைய விடாது. இதற்கு 'இன்சுலின் எதிர்ப்பு உணர்வு' என்று பெயர். பெரும்பாலோருக்கு இந்தக் காரணத்தால்தான் நீரிழிவு நோய் வருகிறது.

உலகில் நீரிழிவு நோயைக் கட்டுப்படுத்த முதலில் இன்சுலின் ஊசி மருந்துதான் கண்டுபிடிக்கப் பட்டது. ஆனால் எல்லோருக்கும் அதைப் பயன்படுத்துவதில் சிக்கல் இருந்தது. எனவே, இதற்குப் பதிலாக மாத்திரைகளைக் கண்டுபிடிப்பதில் அலோபதி மருத்துவம் தீவிரமாக களம் இறங்கியது.

நீரிழிவு நோய்க்கான மாத்திரை முதன் முதலில் கொடுக்கப்பட்டது 1926-ம் ஆண்டில். சிந்தாலின் (Synthalin) என்பது அதன் பெயர். அதற்கு மோசமான பக்கவிளைவுகள் ஏற்பட்டதால், அதைக் கொடுப்பதை நிறுத்திவிட்டனர். அதற்குப் பிறகு மருத்துவத் துறையில் ஏற்பட்ட மகத்தான முன்னேற்றங்களால், பலதரப் பட்ட மாத்திரைகள் கண்டுபிடிக்கப் பட்டன. அவை ஒவ்வொன்றும் ஒவ்வொருவிதமாக வேலை செய்து ரத்தச் சர்க்கரையைக் கட்டுப்படுத்துகிறது.

குல்பெப்பர்

இந்த மாத்திரைகளின் செயல்பாட்டை இரண்டு பிரிவுகளில் கொண்டுவந்துவிடலாம். ஒன்று, கணையத்தில் இன்சுலின் சுரப்பை அதிகப்படுத்தி, அதன் மூலம் ரத்தச் சர்க்கரையைக் குறைப்பது. அடுத்தது, ஏற்கெனவே சுரந்து இருக்கிற இன்சுலினைச் சரியாக செயல்பட வைத்து, அதன் மூலம் ரத்தச் சர்க்கரையைக் குறைப்பது.

நீரிழிவு நோயாளிகளில் பெரும்பாலோர் பயன்படுத்துவது 1942ல் கண்டுபிடிக்கப்பட்ட சல்ஃபொனைல் யூரியா (Sulfonylureas) மாத்திரைகளைத்தான். இந்த மாத்திரைகள் கணையத்தின் 'பீட்டா' செல்களைத் தூண்டி, இன்சுலினைச் சுரக்கச் செய்து, ரத்தச் சர்க்கரையைக் கட்டுப்படுத்துகிறது. இன்சுலின் குறைபாடு உள்ளவர்களுக்கும், ஒல்லியாக உள்ள சர்க்கரை நோயாளிகளுக்கும் இது ஏற்றது. என்றாலும், இதில் பொதுவான இரண்டு குறைகள் உண்டு. ஒன்று, உடல் எடை கூடும். இன்னொன்று, தாழ்ச் சர்க்கரை ஏற்பட்டு மயக்கம் உண்டாக வாய்ப்புகள் அதிகம்.

மேலும் கணையத்தைத் தூண்டி இன்சுலினைச் சுரக்கச் செய்வது என்பது கரும்பைப் பிழிந்து சாறு எடுப்பதைப் போன்றது. மிக மிக அதிக வீரியமுள்ள இந்தவகை மாத்திரைகளைத் தொடர்ந்து அதிக காலம் சாப்பிடும்போது, இவை கணையத்தைத் தொடர்ந்து தூண்டுவதால், அது சீக்கிரத்தில் களைத்துவிடுகிறது. ரொம்பவும் பிழியப்பட்ட கரும்புச் சக்கையில் சாறு இல்லாமல் போகும் அல்லவா? அதைப்போலவே, கணையத்திலும் இன்சுலின் இல்லாத நிலைமை ஏற்பட்டுவிடும். பிறகு, இன்சுலின் ஊசிதான் உதவும்.

எனவே, ஏற்கெனவே சுரந்து இருக்கிற இன்சுலினைச் சரியாக செயல்பட வைத்து, அதன் மூலம் ரத்தச் சர்க்கரையைக் குறைக்கும் மாத்திரைகள்தான் நல்லது என்று மருத்துவ உலகம் கருதியது. இந்தக்

ஜீன் ஸ்டேர்ன்ஸ்

கருத்துக்குச் செயல்வடிவம் கொடுப்பது போல், மெட்ஃபார்மின் (Metformin) எனும் மாத்திரை கண்டுபிடிக்கப் பட்டது. இதற்கு ஒரு தாவரம்தான் உதவியது என்பது ஒருதனிக் கதை.

கிபி 17ஆம் நூற்றாண்டில் 'கெலிகா அஃபிசினலிஸ்' (Galega officinalis) எனும் தாவரத்தின் இலைகளைச் சாறு பிழிந்து நீரிழிவு நோயாளிகளுக்குக் கொடுப்பது நடைமுறையில் இருந்தது. இங்கிலாந்து தாவரவியலாளர் குல்பெப்பர் என்பவர் இந்தச் சாற்றில் ரத்தச் சர்க்கரையைக் குறைக்கிற குவானிடின் (Guanidine), கேலிஜின் (Galegine) எனும் இரண்டு வேதிப்பொருள்கள் இருக்கின்றன என்று கண்டுபிடித்துச் சொன்னார். இவற்றில் குவானிடின் பக்கவிளைவுகள் அதிகமுள்ள வேதிப்பொருள் என்பது காலப்போக்கில் தெரிய வந்ததால், இந்த மருந்தைக் கொடுப்பது நிறுத்தப்பட்டது.

1920ல் பிலிப்பைன்ஸ் நாட்டு மருத்துவர் கார்சியா என்பவர் குவானிடின் வேதிப்பண்பில் சில மாற்றங்களைச் செய்து பைகுவானைட் எனும் புதிய மருந்தைக் கண்டுபிடித்தார். இதற்கு ஃபுளூமமின் என்று தனிப் பெயரிட்டார். இவர் இந்த மருந்தை ஃபுளூ காய்ச்சல் மற்றும் மலேரியா காய்ச்சல் உள்ளவர்களுக்கும் கொடுத்தார். இந்த நோயாளிகளுக்கு ரத்தத்தில் சர்க்கரை அளவு குறைவதால், மலேரியா கிருமிகள் இறந்துவிடுகின்றன என்று அதற்குக் காரணம் சொன்னார். ஆனால் இந்த மருந்தையும் நெடுநாட்களுக்குப் பயன்படுத்தும்போது கல்லீரல் மற்றும் சிறுநீரகத்துக்குப் பாதிப்பு வந்ததால் இதையும் தொடர்ந்து நீரிழிவு நோயாளிகளுக்குக் கொடுக்க முடியவில்லை.

இந்தச் சிக்கல்களுக்கெல்லாம் 1957ல் பிரான்சு நாட்டின் நீரிழிவு நோய் நிபுணர் ஜீன் ஸ்டேர்ன்ஸ் முடிவு கட்டினார். இவர் ஃபுளூமமின் வேதிக்கட்டமைப்பில் மேலும் சில மாற்றங்களைச் செய்து மெட்ஃபார்மின் எனும் வேதிப்பொருளாக மாற்றினார். 39 நீரிழிவு நோயாளிகளுக்கு 6 மாதங்களுக்குத் தொடர்ந்து இதைக் கொடுத்தார். பாதிப்பேருக்கு மேல் ரத்தச் சர்க்கரை குறைந்து நீரிழிவு நோய் நன்கு கட்டுப்பட்டது. இதுதான் இன்றைக்கும் நீரிழிவு நோயைக் கட்டுப்படுத்தும் மாத்திரைகளில் சிறந்தது என்று பெயர் பெற்றுள்ளது.

இது எப்படி வேலை செய்கிறது?

உடல் செல்களில் உள்ள இன்சுலின் ஏற்பான்களின் எண்ணிக்கையை அதிகரிக்கச் செய்து, இன்சுலின் எதிர்ப்பு உணர்வைச் சரி செய்கிறது. உடலில் ஏற்கெனவே சுரந்திருக்கும் இன்சுலினைச் சரியாகப் பயன்பட வைத்து, ரத்தச் சர்க்கரையைக் குறைக்கிறது. டைப் 2 நீரிழிவு உள்ளவர்களுக்கு நோயின் ஆரம்பத்திலேயே இதைக் கொடுத்தால் நோய் நன்றாக கட்டுப்படும்.

11

சின்னம்மை சிரமங்கள் குறைந்த விதம்!

அடுத்தவர்களுக்கு ஏதாவது நோய் வந்தால், அவர்கள் படும் துன்பத்தைப் பார்த்து நாம் வருத்தப்படுகிறோம் அல்லது சில துளிகள் கண்ணீர் விடுகிறோம். ஆனால், மருத்துவ ஆராய்ச்சியாளர்கள் இப்படி வருத்தப்படுவதோடு நிறுத்திக்கொள்வதில்லை. இம்மாதிரியான மனித துன்பத்தைக் களையவும் வழிதேடுகிறார்கள்.

தன் மகனுக்கு சின்னம்மை (Chickenpox) நோய் வந்து அவதிப் பட்டதை நேரில் பார்த்து அனுபவித்த ஒரு மருத்துவ ஆராய்ச்சியாளர் இந்தக் கொடுமை இனி எவருக்கும் வரக்கூடாது... இதற்கு ஒரு முடிவு கட்டியே ஆகவேண்டும் என்று கங்கணம் கட்டி ஆராய்ச்சியில் இறங்கி, இறுதியில் சின்னம்மைக்குத் தடுப்பூசியைக் கண்டுபிடித்து சாதனை படைத்த வரலாற்றை இப்போது பார்க்கலாம்.

அதற்கு முன் சின்னம்மை தரும் சிரமங்களைக் கொஞ்சம் தெரிந்து கொள்வோமே...

சின்னம்மையை ஏற்படுத்துவது 'வேரிசெல்லா ஜாஸ்டர்' (Varicella - Zoster) எனும் வைரஸ் கிருமிகள். இவை நோயாளியின் மூக்கு, தொண்டை, மூச்சுக்குழல், அம்மைக்கொப்புளங்கள் ஆகிய இடங்களில் வசிக்கும். இருமல், தும்மல், மூக்கொழுகல் ஆகியவற்றின் மூலம் சளித் திவலைகளுடன் வெளிவந்து, காற்றின் வழி மற்றவர்களுக்குப் பரவும். அம்மைக் கொப்புளங்கள் உடைந்து, நீர் வெளியேறும்போது, நோயாளியுடன் நெருங்கிப் புழங்கும் நபர்களுக்கு இவை பரவி நோயை உண்டாக்கும். இந்த நோய் எல்லா வயதினருக்கும் வரலாம் என்றாலும், 10 வயதுக்குட்பட்ட குழந்தைகளைத்தான் அதிகமாகப் பாதிக்கிறது.

தடுமக் காய்ச்சல் போலத்தான் நோய் துவங்கும். காய்ச்சலுடன், உடல்வலி, தலைவலி, மூக்கு ஒழுகல், சோர்வு போன்ற அறிகுறிகள் சேர்ந்துகொள்ளும். பிறகு இரண்டு அல்லது மூன்று நாட்களில் மார்பு, வயிறு, முதுகுப் பகுதிகளில் தடிப்புகள் (Rashes) தெரியும். முகம், கைகள், கால்களில் தடிப்புகள் மிக நெருக்கமாகவும், எண்ணிக்கையில் மிக அதிகமாகவும் காணப்படும். முன் கைகள் மற்றும் முன் கால்களில் தடிப்புகள் பரவலாக இருக்கும்.

அடுத்த சில நாட்களில் இவை கொப்புளங்களாக மாறிவிடும். இவற்றில் நீர் கோக்கும். கொப்புளங்களில் எரிச்சல், வலி, அரிப்பு போன்ற தொல்லைகளும் சேர்ந்துகொள்ளும். பிறகு, நீர்க்கொப்புளங் கள் சீழ்க்கொப்புளங்களாக மாறி, உடையும். அடுத்த சில நாட்களில் இவை எல்லாமே காய்ந்து பொருக்குகளாக மாறி உதிரும். உடலில் அம்மைக்கொப்புளங்கள் இருந்த இடங்களில் தழும்புகள் ஏற்படும். இவை சிறிது சிறிதாக மறையும்.

சின்னம்மை நோய் குழந்தைகளைத் தீவிரமாகத் தாக்கினால், நிமோனியா, மூளைக்காய்ச்சல், எலும்பு சீழ்மூட்டழற்சி, இதயத்தசை அழற்சி, சிறுநீரக அழற்சி போன்ற கடுமையான பாதிப்புகள் ஏற்படலாம். அப்போது குழந்தையின் உயிருக்கு ஆபத்து வரலாம். கர்ப்பிணிகளுக்குச் சின்னம்மை வருமானால், கருவில் வளரும் சிசுவைப் பாதித்துப் பிறவி ஊனத்தை உண்டாக்கும். இவை எல்லாமே சின்னம்மை நோய் உள்ளவருக்கு உடனடியாகத் தோன்றுகின்ற சிக்கல்கள்.

அதேநேரத்தில் காலம் கடந்து ஒரு சிக்கல் சின்னம்மைக்கு வருவது உண்டு. அதன் பெயர் 'அக்கி அம்மை' (Herpes zoster / Shingles). அதாவது சின்னம்மை நோய் சரியானாலும், இந்தக் கிருமிகள் உடலுக்குள் மறைந்திருந்து, பல வருடங்களுக்குப் பிறகு, திடீரென்று வீரியம்பெற்று, உடலில் உள்ள புறநரம்புகளைத் தாக்கும். இதுதான் அக்கி அம்மை.

சின்னம்மைக்கு இப்போது மாத்திரை, மருந்துகள் உள்ளன என்றாலும், வீட்டில் ஒருவருக்கு இது வந்துவிட்டால், வீட்டிலுள்ள மற்றவர்களுக்கும் பக்கத்து வீட்டில் உள்ளவர்களுக்கும் மிக எளிதில் தொற்றிக்கொள்ளும். எனவே, இதை வரவிடாமல் தடுப்பதே புத்திசாலித்தனம். அதற்கு 'சின்னம்மை தடுப்பூசி' உதவுகிறது.

இதைக் கண்டுபிடித்தவர் ஜப்பான் நாட்டு மருத்துவர் 'தக்காஹஷி' (Takahashi). 1965ம் ஆண்டில் அமெரிக்காவில் ஹூஸ்டன் பல்கலைக் கழகத்தில் மணல்வாரி அம்மைக்கும், போலியோ நோய்க்கும் தடுப்பூசி

தக்காஹஷி

கண்டுபிடிக்கவேண்டும் என்ற ஆராய்ச்சியில் இவர் தீவிரமாக இருந்தார். அப்போது, டெருயுகி (Teruyuki) என்ற இவருடைய மூன்று வயது இளைய மகன் பக்கத்து வீட்டில் சின்னம்மை நோயால் பாதிக்கப்பட்டிருந்த ஒரு குழந்தையுடன் விளையாடியதால் அவனுக்கும் சின்னம்மை ஏற்பட்டது. சில வாரங்கள் காய்ச்சலும் அம்மைக்கொப்புளங்களும் கடுமையான உடல் வலியும் அவனைப் புரட்டி எடுத்த கொடுமையை நேரில் கண்டு மனம் கலங்கிய தக்காஹஷி, இனிமேல் இந்தக் கொடுமை யாருக்கும் ஏற்படக் கூடாது; இதைத் தடுத்தே ஆக வேண்டும் என்று உறுதி எடுத்தார். ஏற்கெனவே தான் ஈடுபட்டிருந்த ஆராய்ச்சிகளை நிறுத்திவிட்டு, ஜப்பானுக்கு வந்து, சின்னம்மைக்கான தடுப்பூசியைக் கண்டுபிடிப்பதில் ஆர்வம் காட்டினார்.

சின்னம்மை நோயாளி 'ஒகோ' என்பவரின் அம்மைக் கொப்புளத்திலிருந்து திரவத்தை உறிஞ்சி எடுத்து, அதிலிருந்த கிருமிகளைப் பிரித்து மனிதக்கரு செல்களிலும் பன்றிக் கரு செல்களிலும் வளர்த்தார். இந்த வகைக் கிருமிக்கு 'ஓகா' கிருமி (Oka strain) என்று பெயரிட்டார். எட்வர்ட் ஜென்னர் பெரியம்மைக்குத் தடுப்பூசி கண்டுபிடித்த வழி இவருக்கு உதவியது. இந்தக் கிருமியை அப்படியே தடுப்பூசியாகப் பயன்படுத்தினால் நோய்வந்துவிடும்; அதையே வீரியம் இழக்கச்செய்து பயன்படுத்தினால் தடுப்பு ஊசியாகப் பயன்படும் என்று முடிவு செய்து, பல கட்ட பரிசோதனைகளின் வழியாக இந்த வைரஸை வீரியம் இழக்கச்செய்து, 1972ல் சின்னம்மை தடுப்பூசியை உருவாக்கினார். அதைக் குழந்தைகளுக்குப் போட்டுப் பார்த்தார். அவர்கள் ரத்தத்தில் சின்னம்மைக்கான எதிர் அணுக்கள் உருவாகியிருந்தன. இதனால் அவர்களுக்கு சின்னம்மை நோய் வராது என்பது உறுதியானது. 1981ல் மெர்க் நிறுவனம் இந்தத் தடுப்பூசியைத் தயாரிக்க உரிமம் பெற்று உலகம் முழுவதும் விநியோகித்தது.

குழந்தைக்கு 15 மாதங்கள் முடிந்ததும் முதல் தவணையாகவும், 5 வயதில் இரண்டாம் தவணையாகவும் இதைப் போடவேண்டும். இப்படி போட்டுக்கொண்ட குழந்தைகளுக்கு அவர்கள் வாழ்நாளில் சின்னம்மை நோய் வரவே வராது.

இன்றைக்கு உலகில் பல கோடி குழந்தைகளுக்கு சின்னம்மை தரும் சிரமங்களைத் தடுத்ததோடு பல்லாயிரக் கணக்கான உயிரிழப்பு களையும் தடுத்த பெருமை இந்தத் தடுப்பூசிக்கு உண்டு.

12

ரத்தம் உறைவதைத் தடுக்கும் மருந்து!

மனித உடலில் வியப்புக்குரிய விஷயங்கள் நிறையவே நிகழ்கின்றன. இதயம் துடிப்பது, காது கேட்பது, கண் பார்ப்பது, கருத்தரிப்பது, தூக்கம் வருவது, ருசியும் வலியும் தெரிவது... இந்த வரிசையில் உடலில் இயற்கையிலேயே ரத்தம் உறைவதும் வியந்து பார்க்கும் விஷயம்தான். உடலில் இந்த நிகழ்வு மட்டும் நிகழாமல் இருந்தால் விபத்துகள் அதிகமாகிக்கொண்டிருக்கும் இன்றைய சூழலில் லேசான காயம் ஏற்பட்டால்கூட உயிரிழக்க வேண்டியதுதான். அத்தனை முக்கியத்துவம் வாய்ந்த 'ரத்தம் உறைதல்' என்பது சொல்லிவைத்தது போல் ஒரு சங்கிலி வினையாக நிகழ்கிறது.

கிழிபட்ட ரத்தக்குழாயிலிருந்து கொழுப்புப் புரதமும் பாஸ்போ புரதமும் இணைந்து, 'திராம்போபிளாஸ்டின்' (Thromboplastin) எனும் புதுப் புரதமாக மாறுகிறது. இது சில ரத்த உறைவுக் காரணிகளுடன் வினைபுரிந்து, 'திராம்போகைனேஸ்' (Thrombokinase) எனும் புரதப்பொருளாக மாறுகிறது.

இந்த நேரத்தில், கல்லீரலில் இருந்து புரோத்திராம்பின் எனும் புரதப்பொருள், ரத்தச் சுற்றோட்டம் வழியாக அடிபட்ட ரத்தக் குழாய்க்கு வருகிறது. அப்போது அங்குள்ள திராம்போகைனேஸ் கால்சியம் தாதுவுடன் இணைந்து செயல்பட்டு, புரோத்திராம்பினைத் 'திராம்பின்' எனும் என்சைமாக மாற்றிவிடுகிறது.

இது ரத்தத்தில் உள்ள 'ஃபைப்ரினோஜன்' (Fibrinogen) எனும் புரதப்பொருளுடன் வினைபுரிகிறது. இதன் பலனால், பிசுபிசுப்பான, நீண்ட 'ஃபைப்ரின்' இழைகள் உருவாகின்றன. இந்த ஃபைப்ரின்

இழைகள் ஒரு வலைப்பின்னலை உருவாக்குகின்றன. அந்த வலையில் தட்டணுக்கள், ரத்த அணுக்கள், பிளாஸ்மா முதலியவை சிறைபிடிக்கப் படுகின்றன. பின்னர், இந்த வலையமைப்பு சுருங்கி, ஒரு ரத்தக்கட்டியாக உருவாகிறது. ஒழுகும் தண்ணீர்க் குழாயைத் துணி வைத்து அடைப்பதைப்போல, இந்த ரத்தக்கட்டிதான் கிழிபட்ட ரத்தக்குழாயை அடைத்து, ரத்தம் வெளியேறுவதைத் தடுக்கிறது.

ஜேய் மெக்ளியான்

ரத்தம் உறைதலில் கவனிக்க வேண்டிய விஷயம் ஒன்று உள்ளது. ரத்த உறைவு என்பது இருமுனைக் கத்தி போன்றது. அதாவது, ரத்தம் உடலிலிருந்து வெளியேறும்போது மட்டுமே அது உறையவேண்டும். அதேவேளையில் ரத்தம் உடலில் சுற்றிக்கொண்டிருக்கும்போதே உறைந்துவிட்டால், ரத்த ஓட்டம் தடைபட்டு உடலுக்கும் உயிருக்கும் ஆபத்தை ஏற்படுத்திவிடும்.

உதாரணமாக, இதயத் தசைகளுக்கு ரத்தம் கொடுக்கும் கரோனரி தமனிக்குழாய்களில் ரத்தம் உறைந்துவிட்டால், மாரடைப்பை வரவழைக்கும். மூளைத் தமனிகளில் இது ஏற்பட்டால் பக்கவாதம் வரும். இந்த மாதிரி நிலைமைகளைச் சமாளிக்க ‘ஹெப்பாரின்’ (Heparin) எனும் ஊசி மருந்து செலுத்தப்படுகிறது. இதுஉடலுக்குள் ரத்தம் உறைவதைத் தடுக்கும் முக்கியமான மருந்து.

அமெரிக்காவில் ஜோன்ஸ் ஹாஃப்கின்ஸ் பல்கலைக்கழகத்தில் இரண்டாமாண்டு மருத்துவம் படித்துக்கொண்டிருந்த ஜேய் மெக்ளியான் எனும் மாணவர் 1916ல் தற்செயலாகக் கண்டுபிடித்த மருந்து இது. தன்னுடைய கண்டுபிடிப்பு குறித்து அப்போது அவர் கொடுத்த பேட்டியைப் படிப்போமா?

‘பேராசிரியர். டாக்டர் ஹோவெல் என்பவருக்கு நான் உதவியாளராக இருந்தபோது அவர் ரத்தம் உறைய வைக்கும் மருந்தைக் கண்டுபிடிக்கும் ஆராய்ச்சியில் இருந்தார். மூளைத் திசுவிலிருந்து

டாக்டர் ஹோவெல்

செபாலின் எனும் வேதிப்பொருளைப் பிரித்தெடுத்துப் பக்குவப்படுத்தி, அதில் எந்தப் பகுதி ரத்தம் உறைவதற்குக் காரணமாக இருக்கிறது என்று கண்டுபிடிக்க வேண்டியது என் வேலை. மூளைத் திசுவைப் பக்குவப்படுத்த பக்குவப்படுத்த அதிலிருந்து கிடைத்த செபாலினுக்கு ரத்தத்தை உறைய வைக்கும் தன்மை குறைந்து கொண்டே போனது. அதே வேளையில் அதைப் பக்குவப்படுத்தாமல் பயன்படுத்தவும் முடியாது. எனவே இந்த ஆராய்ச்சி நேரத்தை வீணாக்குவதாகப்பட்டது.

அந்த நேரத்தில் இதயம் மற்றும் கல்லீரலிலிருந்து செபாலின் போலவே வேறு ஒரு வேதிப்பொருள் காணப்படுவதாக ஜெர்மன் நாட்டின் ஆராய்ச்சி நூல்களில் படித்தேன். அதற்கு பாஸ்போடைடு என்று பொதுவான பெயர். இதைக் கண்டுபிடிக்கும் விதமாக என் ஆராய்ச்சியைத் தொடர்ந்தேன். முதலில் இதயத் திசுவிலிருந்து கியூரின் எனும் பொருளைத் தயாரித்தேன். அதற்கு ரத்தத்தை உறைய வைக்கும் தன்மை மிகவும் குறைவாகவே இருந்தது. எனவே, கல்லீரலிலிருந்து இதேபோன்று 'ஹெப்பர் பாஸ்போடைடு' என்ற பொருளைத் தயாரித்தேன்.

நாளாக நாளாக காற்று பட்டதும் ரத்தத்தை உறைய வைக்கும் தன்மை இதற்கும் குறைந்தது. ஒரு கட்டத்தில் துப்புரவாக ரத்தத்தை உறைய வைக்கும் தன்மை குறைந்துவிட்டபோது அது ரத்தத்தை உறையவே விடாமல் தடுக்கிறது என்பதைத் தற்செயலாகப் பார்த்தேன். இதை ஏன் ரத்தம் உறைவைத் தடுக்கும் மருந்தாக பயன்படுத்தக்கூடாது என்று யோசித்தேன்.

என் புதிய கண்டுபிடிப்பு குறித்து பேராசிரியரிடம் கூறினேன். அவர் அதை நம்ப மறுத்தார். 'திராம்பின் எதிர் மருந்து என்பது ஒரு புரதமாகத்தான் இருக்கவேண்டும். ஆனால் நீ கண்டுபிடித்ததோ பாஸ்போடைடு வேதிப்பொருள். இது எப்படிச் சாத்தியம்?' என்றார். நான் அதை நிரூபிக்கத் தயார் என்றேன். சம்மதித்தார்.

உடனே ஒரு பூனையின் தோலை அறுத்து ஒரு குடுவையில் அதன் ரத்தத்தைச் சேகரித்து நான் கண்டுபிடித்திருந்த வேதிப்பொருளை அதில் ஊற்றினேன். அந்த ரத்தம் உறையவே இல்லை. இந்த அதிசயத்தைக் கண்டு ஆனந்தப்பட்ட பேராசிரியர் என்னைக்

கட்டிப்பிடித்துப் பாராட்டினார். பிறகு நாய் மற்றும் பல விலங்குகளுக்குக் கொடுத்துப் பார்த்து அதை உறுதி செய்துகொண்ட பேராசிரியர், 1920ல் இந்த மருந்துக்கு 'ஹெப்பாரின்' என்று பெயரிட்டார். ரத்தம் உறைவதற்கு மருந்து கண்டுபிடிக்கப்போய் அதற்கு எதிர்மறையாக ரத்தம் உறைவதைத் தடுப்பதற்கு மருந்து கண்டுபிடித்த அதிசயம் இப்படித்தான் நடந்தது' என்று அந்தப் பேட்டியில் சொல்லியிருக்கிறார்.

1935ல் சுவீடன் விஞ்ஞானி எரிக் ஜார்பெஸ் ஹெப்பாரினுக்கு வேதிக்கட்டமைப்பைக் கண்டுபிடித்துச் சொன்னதும், விட்ரியம் எனும் மருந்து நிறுவனம் இதைத் தயாரித்துக் கொடுக்க, 1936ல் மனிதப் பயன்பாட்டுக்கு வந்தது.

ஹெப்பாரின் எப்படி வேலை செய்கிறது?

இது திராம்பின் என்சைமை செயலிழக்க வைப்பதால் ஃபைப்ரினோஜன் உற்பத்தியாவதும் ஃபைப்ரின் இழைகள் உருவாவதும் தடுக்கப் படுகிறது. இதன் விளைவால் ரத்தம் உறைவதில்லை.

இன்றைக்கும் மாரடைப்பு, பக்கவாதம் ஏற்பட்ட நோயாளிகளுக்கு மிகப் பெரிய வரப்பிரசாதம் இந்த மருந்துதான்.

13

அரிசித் தவிட்டில் ஓர் அற்புத மருந்து!

உடலின் ஆரோக்கியத்தைக் காப்பதில் வைட்டமின்களுக்கு அதிக பங்கு உண்டு. வைட்டமின்களில் பலவகை உண்டு. அவற்றில் உற்சாக வைட்டமின் என்றும், உடல் தளர்ச்சியைத் தடுக்கும் வைட்டமின் என்றும் சிறப்பைப் பெற்றுள்ளது வைட்டமின்-பி1. வைட்டமின் பி தொகுப்பில் முதன் முதலில் கண்டுபிடிக்கப்பட்டதும் இதுதான்.

இதன் வேதியியல் பெயர், தையமின் (Thiamine). இது தண்ணீரில் கரையக்கூடிய வைட்டமின். இதனால் இது உடலில் சேமித்து வைக்கப்படுவதில்லை. இதைச் சாப்பிட்ட அதே நாளில் சிறுநீரில் வெளியேறிவிடும். எனவே, நம் தினசரி உணவில் இந்த வைட்டமின் அவசியம் இருக்குமாறு பார்த்துக்கொள்ளவேண்டும்.

இந்த வைட்டமின் கண்டுபிடிக்கப்பட்டதும் ஒரு சுவாரஸ்யமான வரலாறுதான்.

பத்தொன்பதாம் நூற்றாண்டுக்கு முந்தைய காலகட்டத்தில் 'பெரிபெரி' (Beriberi) எனும் நோய் கிழக்கு ஆசிய நாடுகளை உலுக்கிக் கொண்டிருந்தது. ஆண்டுதோறும் பல்லாயிரக்கணக்கான மக்கள் இந்த நோயால் பாதிக்கப்பட்டு மரணமடைந்தார்கள். இந்த நோயால் பாதிக்கப்பட்டவர்கள் கை-கால்களைப் போட்ட இடத்தில் போட்டதுபோல வைத்திருப்பார்கள். கையை மேலே தூக்க முடியாது. காலை அசைக்க முடியாது. நரம்புகள் தளர்ந்து, செயலிழந்துவிடும். சுவாசிக்கச் சிரமப்பட்டு இறந்துவிடுவார்கள். சிங்கள மொழியில் 'பெரிபெரி' என்றால் 'தளர்ச்சி' என்று பொருள். ஆகவே, இந்தப் பெயரைச் சூட்டிவிட்டார்கள்.

இந்த ஆபத்தான நோய்க்குக் காரணம் 'ஓர் உணவுச்சத்து நம் உணவில் இல்லாதது தான்' என்கிற உண்மை அன்றைய மருத்துவர்களுக்குத் தெரியவில்லை. ஏதேனும் ஒரு கிருமி இதற்குக் காரணமாக இருக்கும் என்று நம்பினார்கள். 1884இல் ஜப்பான் கப்பல் படையில் டகாக்கி (Takaki) எனும் அறுவைச் சிகிச்சை மருத்துவர் இருந்தார். அவர் தன்னுடன் கப்பலில் பயணம் செய்தவர்களுக்கு அரிசி மற்றும் கோதுமைச் சாப்பாட்டை மட்டுமே பிரதானமாகக் கொடுத்துவந்தார். அவ்வாறு ஆறு மாதம் பயணம் செய்தபோது, அவருடைய கப்பலில் ஒருவருக்குக்கூட 'பெரிபெரி' நோய் வரவில்லை. அதன் பலனால், 'இந்த நோய்க்குக் காரணம் கிருமி இல்லை; உணவுச் சத்துக்குறைபாடு' என்று சொன்னார். ஆனால், அது எந்த உணவுச்சத்து என்பது அப்போது அவருக்குப் புரியவில்லை.

கிறிஸ்டியன் ஏஜ்க்மேன்

1897இல் டச்சு நாட்டில் வாழ்ந்த ராணுவ மருத்துவர் கிறிஸ்டியன் ஏஜ்க்மேன் (Christian Eijkman) என்பவர் அந்த ரகசியத்தை உடைத்தார். அவர் செய்த ஆராய்ச்சியில் கோழிகளுக்கு தவிடு நீக்கப்பட்ட அரிசியில் (இயந்திரத்தில் அரைக்கப்பட்ட அரிசி) தயாரிக்கப்பட்ட சோறு போட்டால் நாளடைவில் அக்கோழிகள் தளர்ச்சியுற்று இறந்து விடுவதாகவும், தவிடு நீக்கப்படாத அரிசியில் தயாரிக்கப்பட்ட சோறு (கைக்குத்தல் அரிசி) சாப்பிட்ட கோழிகளுக்கு இம்மாதிரி தளர்ச்சி வரவில்லை எனவும் கண்டறிந்தார். இதன் பலனால், அரிசித் தவிட்டில் ஒரு சத்துப்பொருள் உள்ளது என்பதைக் கண்டுபிடித்தார். அதுதான் கோழிகளுக்குத் தளர்ச்சி நோய் வராமல் தடுக்கிறது என்று உறுதிப்படுத்தினார். அரிசியை அரைக்கும்போது தவிடு நீக்கப்படுவதால், தவிட்டில் உள்ள சத்து கோழிகளுக்குக் கிடைக்காமல் போகிறது; இதன் விளைவால், அவற்றுக்குத் தளர்ச்சி நோய் வருகிறது என்று விளக்கம் சொன்னார். இவருடைய இந்தக் கண்டுபிடிப்புக்கு 1929இல் நோபல் பரிசு பெற்றார்.

இவரைத் தொடர்ந்து ஆராய்ச்சியில் ஈடுபட்டுவந்த போலந்து நாட்டு உயிர்வேதியியலாளர் கேசிமிர் ஃபங்க் (Casmir Funk) என்பவர் 1911ஆம் ஆண்டு அரிசி தவிட்டிலிருந்து ஒரு வேதிப்பொருளைப் பிரித்தெடுத்தார். கோழிகளுக்கும் சரி, மனிதர்களுக்கும் சரி, தளர்ச்சியைப் போக்கும் உணவுச் சத்துப் பொருள் இதுதான் என்று

கேசிமிர் ஃபங்க்

நிரூபித்தார். அதற்கு ‘வைட்டலமைன்’ (Vitalamine) என்று பெயரும் சூட்டினார். ‘வைட்டல்’ என்றால் ‘முக்கியமான’ என்று பொருள். வேதிஅமைப்பின்படி, இந்தச் சத்துப் பொருளில் ‘அமைன் குரூப்’ உள்ளதால் ‘அமைன்’ சேர்த்துக்கொண்டார். ஆக, ‘வைட்டலமைன்’ என்றால் ‘முக்கிய மான உணவுச்சத்து’ என்று பொருள். காலப் போக்கில், அடுத்தடுத்து கண்டுபிடிக்கப் பட்ட வைட்டமின்கள் சிலவற்றில் இந்த அமைன் குரூப் இல்லை என்பதால், இது ‘வைட்டமின்’ (Vitamin) என்று சுருங்கி விட்டது.

இந்த வைட்டமின் கண்டுபிடிப்புக்குப் பின்பு வைட்டமின் B தொகுப்பில் இதே போன்று பல வைட்டமின்கள் கண்டுபிடிக்கப் பட்டதால், முதலில் கண்டுபிடிக்கப்பட்ட இந்த வைட்டமினை ‘வைட்டமின் -பி1’என்று அழைக்க ஆரம்பித்தனர். அமெரிக்க நாட்டில் இது ‘தையமின்’ (Thiamine) எனவும், இங்கிலாந்து நாட்டில் ‘அநூரின்’ (Aneurine) எனவும் அழைக்கப்படுகிறது. இது மாத்திரையாகவும் ஊசி மருந்தாகவும் கிடைக்கிறது. நாம் சாப்பிடும் உணவிலும் உள்ளது.

அரிசி, கோதுமை, சோளம், கேழ்வரகு, கம்பு போன்ற முழுத்தானியங் களில் வைட்டமின் - பி1 கிடைக்கிறது. குறிப்பாகச் சொன்னால், கைக்குத்தல் அரிசியிலும், தீட்டப்படாத கோதுமையிலும் இந்த வைட்டமின் மிக அதிகம். அரைக்கப்பட்ட அரிசியிலும், தீட்டப்பட்ட கோதுமை மாவிலும் இதன் அளவு மிகக் குறைவு. பச்சைப் பட்டாணி, சோயாபீன்ஸ், பால், முட்டை, வெள்ளைப் பூண்டு, முந்திரிப் பருப்பு ஆகியவற்றிலும் இது உள்ளது. தினமும் நமக்கு 1.2 மி.கிராமிலிருந்து 1.8 மி.கிராம் வரைத் தேவைப்படுகிறது.

இந்த அளவுக்கு இந்த வைட்டமின் கிடைக்காதபோது ‘பெரிபெரி நோய்’ ஏற்படும். இதன் ஆரம்ப அறிகுறிகள் இவ்வாறாக இருக்கும்: பசி குறையும். உடல் எடை குறையும். அடிக்கடி தலைவலி வரும். செரிமானமின்மை, புளித்த ஏப்பம், மலச்சிக்கல், கை,கால்கள் மரத்துப் போவது, கண்களில் எரிச்சல், கால் எரிச்சல் போன்ற அறிகுறிகளும் தோன்றும். இவற்றைத் தொடர்ந்து உடல் தளர்வடையும். சோர்வு அதிகரிக்கும். குறிப்பாக, மாலை நேரமானதும் எந்த வேலையும்

செய்ய முடியாதபடி உடல் அதீத சோர்வுக்கு உள்ளாகும். இந்த நிலைமையில் தையமின் ஊசி போட்டுக்கொண்டால் அல்லது தையமின் மாத்திரைகளை உட்கொண்டால் - இதுவரை சொன்ன அறிகுறிகள் அனைத்தும் இருந்த இடம் தெரியாமல் மறைந்துவிடும். நோய் முற்றிலும் குணமாகும்.

14

போலியோவை ஒழித்த மருந்து!

குழந்தைக்கு ஒவ்வொரு தடவையும் இரண்டே இரண்டு சொட்டுதான் மருந்து கொடுத்தோம். அதன் மூலம் ஒரு மோசமான நோயை நாட்டைவிட்டே விரட்டிவிட்டோம். அப்படி ஒரு மகத்தான சாதனை புரிந்த மருந்தின் பெயர் போலியோ சொட்டு மருந்து. இதனால் ஓடி ஒழிந்த நோயின் பெயர் இளம்பிள்ளைவாதம்.

'போலியோ வைரஸ்'களால் ஏற்படுகின்ற தொற்றுநோய் இது. ஐந்து வயதுக்கு உட்பட்ட குழந்தைகளை இது அதிகம் பாதிக்கிறது. குறிப்பாக, குழந்தைகளின் கை, கால் தசைகளைப் பாதித்து, அவற்றின் இயங்கும் சக்தியை இழக்கச் செய்கின்றது. இதன் விளைவால் கை, கால் தசைகள் சிறுத்து, ஒருவகை வாதம் ஏற்படுகிறது. அதுதான் இளம்பிள்ளைவாதம்.

போலியோ கிருமிகள் அசுத்தமான உணவு மற்றும் குடிநீர் மூலம் நம் குடலுக்குள் செல்கின்றன. அங்கிருந்து ரத்தத்தின் வழியாக மூளைக்குச் சென்று, நரம்பு மண்டலத்தைப் பாதிக்கின்றன. முக்கியமாக, கால் தசைகளை இயக்குகின்ற நரம்புகளைப் பாதிப்பதால், இந்த நோய் உள்ளவர்களுக்குக் கால்கள் செயல் இழக்கின்றன. இந்த நோய்க் கிருமிகள் மலத்தின் வழியாக வெளியேறி, மற்றவர்களுக்கும் பரவுகின்றன. பல நேரங்களில் போலியோ கடுமையான விளைவு களை ஏற்படுத்துவதில்லை. ஆனால், சில நேரங்களில் மரணத்தைக் கூட ஏற்படுத்துகிறது. எப்படி எனில், சுவாசத்துக்கு உதவும் தசைகளை

இது தாக்கும்போது, பாதிக்கப்பட்ட நபர் சுவாசிக்க முடியாமல் இறந்துவிடுவார்.

ஆல்பர்ட் சாபின்

சென்ற நூற்றாண்டில் உலக அளவில் கோடிக்கணக்கான பேர் போலியோவால் முடமாயினர். இதனால், சமூகத்தின் செயல்பாடுகள் முடங்கிப்போயின. இது இந்தியா உள்ளிட்ட பல நாடுகளில் ஆரோக்கியத்துக்குச் சவால் விட்டது. இந்த நிலைமை ஆண்டுதோறும் அதிகரித்து வந்தது. எனவே, இந்த நோய்க்குக் கடிவாளம் போட மருத்துவ உலகம் களத்தில் இறங்கியது. முக்கியமாக, அமெரிக்கா போலியோவுக்கு எதிராக தடுப்பு மருத்துவத்தைக் கண்டுபிடிப்பதற்கு அதிக நிதியை ஒதுக்கி உதவியது. அது வீண்போகவில்லை.

1952-ல், 'ஜோனஸ் சால்க்' (Jonas Salk) என்ற அமெரிக்க மருத்துவர் இந்த நோய்க்குத் தடுப்பூசியைக் கண்டுபிடித்தார். போலியோ கிருமிகளில் மூன்று துணை இனங்கள் உண்டு. அவற்றைக் கொன்று, வீரியமிழக்கச்செய்து, குரங்கின் சிறுநீரகத் திசுக்களில் வளர்த்து தடுப்பூசியைக் கண்டுபிடித்தார். அவருடைய காலத்தில் உயிருள்ள கிருமிகளை வைத்து தடுப்பூசி கண்டுபிடிக்கும் முறைதான் நடைமுறையில் இருந்தது. அதனால் பரிசோதனைக்காக தடுப்பூசி போடப்பட்ட குழந்தைகளில் ஆறு குழந்தைகள் இறந்துவிட்டனர். மூன்று குழந்தைகளுக்கு போலியோ வந்து கால்கள் முடமாயிற்று. எனவே பரிசோதனைக்கு நோயாளிகள் கிடைப்பது சிரமமாக இருந்தது.

இதனால் சால்க், தான் கண்டுபிடித்த தடுப்பூசியை தன் மனைவிக்கும் குழந்தைகளுக்கும் முதலில் போட்டுக்கொண்டார். இதன் பலனால் பொதுமக்களுக்கு நம்பிக்கை வந்து 161 குழந்தைகள் அவரிடம் தடுப்பூசியைப் போட்டுக்கொண்டனர். இவர்களுடைய ரத்தத்தில் போலியோவைத் தடுக்கக்கூடிய எதிர் அணுக்கள் உற்பத்தியானதை நிரூபித்தார். எனவே, இவருடைய கண்டுபிடிப்பை மருத்துவ உலகம் ஏற்றுக்கொண்டது. அதன் பிறகு, இந்த நோயின் தாக்குதல் உலக அளவில் குறையத் தொடங்கியது.

1957-ல் 'ஆல்பர்ட் சாபின்' (Albert Sabin) என்ற மற்றொரு அமெரிக்க மருத்துவர் இதே நோய்க்குத் தடுப்புச் சொட்டு மருந்தைக்

கண்டுபிடித்தார். உயிருள்ள, வீரியம் குறைந்த போலியோ கிருமியைப் பயன்படுத்தி இவர் சொட்டு மருந்தைத் தயாரித்தார். இதை ரஷ்யா, சிங்கப்பூர், மெக்சிகோ ஆகிய நாடுகளில் ஒரு கோடிப் பேருக்குக் கொடுத்துப் பார்த்தனர். எல்லோருக்கும் நல்ல பலனைத் தந்தது. முக்கியமாக போலியோ தடுப்பூசியால் குடலில் உள்ள போலியோ கிருமிகளைக் கட்டுப்படுத்த முடியவில்லை. ஆனால் போலியா தடுப்பு மருந்து இவற்றையும் கட்டுப்படுத்தியதால், மிகுந்த பலனைத் தந்தது.

மேலும், குழந்தைகளுக்கு போலியோ தடுப்பூசியைப் போடுவதை விட சொட்டு மருந்தைக் கொடுப்பது எளிதாகவும், செலவு குறைவாகவும் இருந்தது. இதனால், இந்திய அரசாங்கம் 'குழந்தைகளுக்கு முறைப்படி போலியோ சொட்டு மருந்து கொடுத்தால், நோயைத் தடுக்கலாம்' என்னும் விழிப்புணர்வை மக்களிடம் ஏற்படுத்தியது. ஒரு வயது முதல் 5 வயதுக்கு உட்பட்ட இந்தியக் குழந்தைகளுக்கு இலவசமாக போலியோ சொட்டு மருந்து கொடுப்பது கட்டாயமாக்கப்பட்டது. இதற்குக் கைமேல் பலனும் கிடைத்தது.

இந்தியாவில், 2011-ம் ஆண்டிலேயே போலியோ ஒழிக்கப்பட்டு விட்டது. 'இந்தியா போலியோ இல்லாத நாடு' எனும் நற்சான்றிதழையும் உலகச் சுகாதார நிறுவனம் 2014-ம் ஆண்டில் கொடுத்து விட்டது. 'பிறகு ஏன், இதற்குத் தொடர்ந்து தடுப்பூசி / சொட்டு மருந்து கொடுக்க வேண்டும்?' என்ற சந்தேகம் உங்களுக்கு எழலாம். காரணம் இருக்கிறது. பக்கத்தில் இருக்கும் பாகிஸ்தான், ஆப்கானிஸ்தான் மற்றும் நைஜீரியா போன்ற நாடுகளில் இன்னமும் போலியோ ஒழிக்கப்படவில்லை. அங்கிருந்து இடம்பெயர்ந்து இந்தியாவில் குடியேறுபவர்கள் அல்லது சுற்றுலாவாசிகள் வழியாக இந்த நோய் மீண்டும் இந்தியாவுக்கு வந்துவிட வாய்ப்பு உள்ளது. இதைத் தவிர்க்கத்தான் போலியோவுக்கு இன்னமும் நாம் தடுப்பூசி மற்றும் தடுப்பு மருந்தைப் பயன்படுத்த வேண்டும் என்கிறது, உலகச் சுகாதார நிறுவனம்.

இந்தியாவில் பிறக்கும் எல்லாக் குழந்தைகளுக்கும் போலியோ தடுப்பூசியும், சொட்டு மருந்தும் அவசியம் தரப்பட வேண்டும். ஒருமுறை தரப்படும் ஊசி மருந்தின் அளவு அரை மி.லி. இதைத் தொடையிலோ, புஜத்திலோ தசை ஊசியாகப் போட வேண்டும். சொட்டு மருந்தின் அளவு இரண்டு சொட்டுகள்.

தடுப்பூசி / சொட்டு மருந்து போட்டுக்கொள்ளும் முறை

குழந்தையின் வயது	**தரப்பட வேண்டியது**
குழந்தை பிறந்ததும்	போலியோ சொட்டு மருந்து
1 ½ மாதம் முடிந்ததும்	போலியோ தடுப்பூசி
2 ½ மாதம் முடிந்ததும்	தடுப்பூசி
3 ½ மாதம் முடிந்ததும்	தடுப்பூசி
6 மாதம் முடிந்ததும்	சொட்டு மருந்து
9 மாதம் முடிந்ததும்	சொட்டு மருந்து
1 ½ வயது முடிந்ததும்	தடுப்பூசி (Booster dose)
5 வயது முடிந்ததும்	சொட்டு மருந்து

குறிப்பு: அட்டவணைப்படி தடுப்பூசி மற்றும் தடுப்பு மருந்தைப் போட்டுக் கொண்ட குழந்தைகளுக்கு அரசாங்கம் அவ்வப்போது முகாமிட்டு நடத்தும் ‘போலியோ சொட்டு மருந்து’ வழங்கும் நாட்களில் அவசியம் போலியோ சொட்டு மருந்து வழங்கப்பட வேண்டும்.

15

டெட்டனஸ் நோய்க்கு டாட்டா!

'உடலில் காயம் ஏற்பட்டால், உடனே தடுப்பூசி போட்டுக்கோ' என்று பலரும் நமக்கு இலவச ஆலோசனை சொல்வார்கள். அது எதற்குத் தெரியுமா? 'டெட்டனஸ்' (Tetanus) என்ற நோய் வராமல் தடுப்பதற்குத் தான். தமிழில் இதை, தசை விறைப்பு நோய் என்கிறார்கள்.

பிறந்த குழந்தைமுதல் பெரியவர்கள்வரை எல்லோரையும் தாக்கவல்லது டெட்டனஸ் நோய். இந்த நோய்க்கு இழுப்புநோய், வில்வாத ஜன்னி, வாய்ப்பூட்டு நோய், ரணவாத ஜன்னி, நரம்பிசிவு நோய் என்று பல பட்டப் பெயர்கள் உண்டு. என்றாலும், ஓரளவு படிப்பறிவு உள்ளவர்களிடம் 'டெட்டனஸ்' என்ற பெயரே பிரபலம்.

'கிளாஸ்ட்ரிடியம் டெட்டனி' (Clostridium tetani) எனும் பாக்டீரியாக் கிருமியால் வருகிறது டெட்டனஸ் நோய். இது மனித மலம், விலங்குகளின் சாணம், துருப்பிடித்த உலோகப்பொருள்கள் போன்றவற்றில் உயிர் வாழும். இங்கு இது முழு கிருமியாக வெகுகாலம் உயிர்வாழ முடியாது. சூரிய ஒளி, அதிக வெப்பம், அதிக குளிர்ச்சி, பூச்சிக்கொல்லி மருந்துகள் போன்றவற்றால் அழிந்துவிடும். எனவே, இவை எதுவும் தன்னை அழித்துவிடாதபடி தன் மேல் ஒரு பாதுகாப்பு உறையை உற்பத்தி செய்து 'டெட்டனஸ் சிதல்களாக' (Tetanus spores) உருமாறிக்கொண்டு வெகுகாலம் உயிர்வாழ்கிறது.

இந்தக் கிருமி காற்று மற்றும் ஈக்கள் மூலம் ஓரிடத்திலிருந்து மற்றோர் இடத்துக்குப் பரவுகிறது. உடலில் ஏற்கெனவே உள்ள திறந்த காயத்தின் வழியாக இது உடலுக்குள் நுழைவது ஒரு பொதுவான வழி. இது தவிர முள், துருப்பிடித்த ஆணி, கம்பி, ஊக்கு போன்றவை குத்தும்போது அவற்றின் வழியாகவும் உடலுக்குள் நுழைந்துவிடும்.

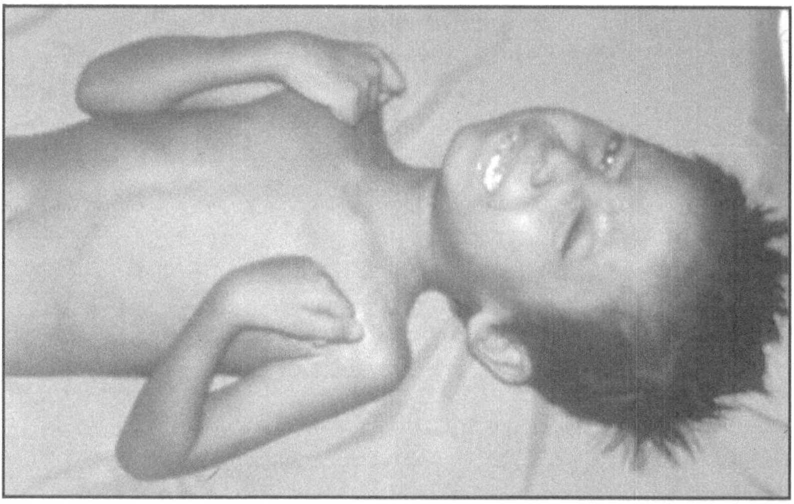

டெட்டனஸ் நோயாளி

அடுத்து, தொற்றுநீக்கம் செய்யப்படாமல் போடப்படும் ஊசிகள், சுத்தம் பராமரிக்கப்படாமல் செய்யப்படும் கருச்சிதைவுகள், கவனக் குறைவாக செய்யப்படும் அறுவைச் சிகிச்சைகள் போன்றவற்றின் மூலமும் இந்தக் கிருமி உடலுக்குள் புகுந்துகொள்ளும். நகச்சுற்று, சொறிசிரங்கு, தீக்காயம், செவியில் சீழ் வடிதல், தொப்புள்கொடி புண், செருப்புக்கடி, சூடுபோடுதல், பச்சைக் குத்துதல் போன்றவை இந்தக் கிருமியின் வேறு சில நுழைவாயில்கள்.

காயத்தில் அல்லது புண்ணில் புகுந்துகொண்ட கிருமிகள் அங்குள்ள திசுக்களை அழிக்கும். சீழ் பிடிக்க வைக்கும். அப்போது புறநச்சுப் பொருள் (Exotoxin) ஒன்றை வெளிவிடும். இதுதான் ஆபத்தானது. இது மூளைக்குச் சென்று நரம்புத் திசுக்களை அழிக்கும். இதனால் உடலில் தசை இயக்கங்கள் பாதிக்கப்படும்.

இந்த நோய் வந்துவிட்டால் வாயைத் திறக்க முடியாது. கழுத்தை அசைக்க முடியாது. திடீரென்று முதுகு வில் போல் வளையும். வயிறு மரப்பலகைபோல் இறுகிவிடும். கைகால் தசைகள் விறைத்துக் கொள்ளும். நோயாளியின் உடலில் வெளிச்சம்பட்டால் உடனே வலிப்பு வரும். சுவாசிப்பதில் சிரமம் ஏற்படும். இவற்றைத் தொடர்ந்து உயிரிழப்பும் ஏற்படும்.

டெட்டனஸ் நோயாளியை மருத்துவமனையில் அனுமதித்துதான் சிகிச்சை தர வேண்டும். வெளிச்சம் அதிகமில்லாத, அமைதியான தனி அறையில் இவர்களுக்குச் சிகிச்சை தரப்படும். தசை இறுக்கத்தைக் குறைக்கும் மருந்துகளும் உறக்க மருந்துகளும் தரப்படும்.

எமில் வான் பெரிங்,

டெட்டனஸ் கிருமிகளை அழிப்பதற்கான பெனிசிலின் போன்ற ஆன்ட்டிபயாட்டிக் மருந்துகளும் தரப்படும். இவை எல்லாவற்றையும்விட முக்கியமானது 'ஆன்டி டெட்டனஸ் சீரம்' (Anti Tetanus Serum - ATS) என்ற நச்சு முறிவு மருந்துதான். இது டெட்டனஸ் கிருமிகள் உடலில் உற்பத்தி செய்திருக்கின்ற புற நச்சுப்பொருளின் வீரியத்தைக் குறைத்து நோயின் பாதிப்பிலிருந்து நோயாளியை விடுவித்து உயிரைக் காக்கிறது.

இந்த மருந்தைக் கண்டுபிடித்ததில் ஜெர்மனியைச் சேர்ந்த நான்கு பேருக்கு பங்கு உண்டு. எமில் வான் பெரிங், எரிச் வெர்னிச், கிட்டா சாட்டோ, பால் எர்லிச். இவர்கள் ராபர்ட் காக் பரிசோதனைக் கூடத்தில் பணியாற்றியபோது 1890ல் இந்த மருந்தைக் கண்டுபிடித்தனர்.

பத்தொன்பதாம் நூற்றாண்டின் இறுதியில், உலக அளவில் மருந்துகளைக் கொண்டு கிருமிகளை அழிக்கும் முறைகளைக் கண்டுபிடிப்பதில்தான் எல்லா ஆராய்ச்சியாளர்களும் ஆர்வம் காட்டினர். ஆனால் பெரிங் மட்டும் ரத்தத்தில் உள்ள 'சீரம்' எனும் திரவத்தைக் கொண்டு ஒரு நோயைக் குணப்படுத்தமுடியுமா என்ற ஆராய்ச்சியில் இறங்கினார்.

1890வரை ஜெர்மனியில் ஆண்டுதோறும் தொண்டை அடைப்பான் மற்றும் டெட்டனஸ் நோய்களால் லட்சக்கணக்கான பேர் இறந்துவந்தனர். எனவே இந்த நோய்களுக்கான மருந்தைக் கண்டுபிடிக்க ஆசைப்பட்டார் பெரிங். டெட்டனஸ் மற்றும் தொண்டை அடைப்பான் கிருமிகளைக் கொன்று, அவற்றை வீரியம் இழக்கச்செய்து, மிகச் சிறிதளவில் அதை முயல், எலி, சீமைப் பெருச்சாளி போன்ற வற்றுக்குச் செலுத்தினார். இவற்றின் ரத்தத்தில் சீரம் எனும் தெளிநீரில் இந்த நோய்களுக்கான எதிர் அணுக்கள் உற்பத்தியானதைக் கண்டுகொண்ட அவர் அந்த சீரத்தைப் பிரித்தெடுத்துக்கொண்டார்.

கிட்டாசாட்டோ

பின்பு, இந்த இருவகைக் கிருமிகளை சற்று அதிக அளவில் வேறு புதிய விலங்குகளுக்குச் செலுத்தினார். இவற்றுக்குச் செலுத்தப்பட்ட

பால் எர்லிச்

கிருமிகளுக்கு ஏற்ப தொண்டை அடைப்பான் அல்லது டெட்டனஸ் நோய்கள் வந்துவிட்டன. உடனே தான் ஏற்கெனவே சேகரித்து வைத்திருந்த எதிர் அணுக்கள் கொண்ட சீரத்தை இவற்றுக்குச் செலுத்தினார். சில வாரங்களில் அந்த விலங்குகளுக்கு நோய் குணமானது. எனவே, உலகில் 'ஆன்டி சீரம் சிகிச்சை' (Anti serum therapy) எனும் புதிய சிகிச்சை முறைக்கு அடிபோட்டவர் என்ற பெருமையைப் பெரிங் பெற்றார். இந்தக் கண்டுபிடிப்பில் அவருடைய நண்பர்கள் எரிச் வெர்னிச் மற்றும் கிட்டாசாட்டோ பெரிதும் உதவினார்.

1891ல் இது மனிதப் பயன்பாட்டுக்கு வந்தது. என்றாலும், இந்த ரத்த சீரத்தை சுத்தப்படுத்தி தயாரிப்பதிலும் தரக்கட்டுப்பாடு செய்வதிலும் சில சிரமங்கள் ஏற்பட்டன. இதற்கு வழி தெரியாமல் எரிங் திணறிக்கொண்டிருந்தபோது பால் எர்லிச் இவருக்கு உதவ முன்வந்தார். செம்மறியாடு மற்றும் குதிரைகளின் ரத்த சீரத்தில் இந்த நோய்களுக்கான எதிர் அணுக்களை உற்பத்தி செய்து மருந்து தயாரித்தார். இதைத் தொடர்ந்து தடுப்பு மருத்துவத்திலும் பல புதிய கண்டுபிடிப்புகளைத் தந்தமைக்காக 1908ல் இவருக்கு நோபல் பரிசு வழங்கப்பட்டது. இன்றைக்கும் இந்த மருந்துதான் டெட்டனஸ் நோய்க்கு டாட்டா காட்டவைக்கும் மகத்தான மருந்தாகச் செயல்படுகிறது.

16

குறை தைராய்டு பிரச்னைக்கு குட்பை!

மருத்துவ வரலாற்றில் 1914ம் ஆண்டை மறக்க முடியாது. அந்த ஆண்டில்தான் தைராக்சின் மருந்து கண்டுபிடிக்கப்பட்டது. செயற்கை யாக தயாரிக்கப்படும் ஹார்மோன் மருந்துகளில் முதலாவதாக கண்டுபிடிக்கப்பட்ட மருந்து இதுதான். லட்சக்கணக்கான அமெரிக்கர்கள் தைராய்டு பிரச்னை காரணமாக அவதிப்பட்டுக்கொண்டிருந்த ஒரு முக்கியமான காலகட்டத்தில், இந்த மருந்தைக் கண்டுபிடித்து அவர்கள் வயிற்றுக்குப் பால் வார்த்தவர் எட்வர்ட் கால்வின் கெண்டல் என்ற ஓர் அமெரிக்க அறிவியலாளர். இன்றைக்கும் உலக அளவில் 'குறை தைராய்டு' (Hypothyroidism) பிரச்னை உள்ள கோடிக் கணக்கான பேருக்கு உடனடி தீர்வு தருவதும் இதுதான்.

இவர் மருந்து கண்டுபிடித்த ரகசியத்தைத் தெரிந்துகொள்வதற்கு முன்னால் தைராய்டு பற்றியும் கொஞ்சம் தெரிந்துகொள்வோமே...

தொண்டையில் மூச்சுக்குழாய்க்கு முன்பாக, குரல்வளையைச் சுற்றி, இரு பக்கமும் படர்ந்து, ஒரு வண்ணத்துப்பூச்சி வடிவத்தில் அமைந்துள்ளது தைராய்டு சுரப்பி. இது, 'தைராக்சின்' (T4), 'டிரைஅயடோதைரோனின்' (T3) எனும் இரண்டுவித ஹார்மோன் களைச் சுரக்கிறது. தைராய்டு செல்களில் 'தைரோகுளோபுலின்' எனும் புரதம் உள்ளது. இதில் 'டைரோசின்' எனும் அமினோ அமிலம் உள்ளது. தைராய்டு செல்கள் ரத்தத்தில் உள்ள அயோடின் சத்தைப் பிரித்தெடுத்து, டைரோசினை இணைத்து டி4 மற்றும் டி3 ஹார்மோன்களைச் சுரக்கின்றன.

கரு வளர்வதில் தொடங்கி, முழுமையான உடல் வளர்ச்சி, மூளை வளர்ச்சி, எலும்பு பலம், தசை உறுதி, புத்திக்கூர்மை என்று

பலவற்றுக்குத் தைராக்சின் ஹார்மோன்தான் ஆதாரம். உணவுச் சத்துகளின் வளர்சிதை மாற்றப் பணிகளை ஊக்குவிப்பதும், புரதச்சத்தைப் பயன்படுத்தி உடல் வளர்ச்சியைத் தூண்டுவதும், சிறுகுடலில் உள்ள உணவுக்கூழிலிருந்து குளுக்கோஸைப் பிரித்து ரத்தத்தில் கலப்பதும், ரத்தக் கொலஸ்டிராலைக் கட்டுப்படுத்துவதும் தைராக்சின் ஹார்மோன் செய்கின்ற அற்புதப் பணிகள். பெண்கள் பருவமடைவதற்கும் கருத்தரித்தலுக்கும் இதுதான் துணைபுரிகிறது என்றால், இதன் முக்கியத்துவத்தைப் புரிந்துகொள்ளுங்கள்.

உணவில் அயோடின் சத்து இல்லாவிட்டால், தைராக்சின் குறைவாகச் சுரக்கும். அப்போது 'முன்கழுத்துக்கழலை' (Goitre) என்ற நோய் வரும். பாக்டீரியா, வைரஸ் போன்ற கிருமிகள் தைராய்டைத் தாக்கும்போதும் தன் தடுப்பாற்றல் நோயின்போதும் (Auto immune disease) 'குறை தைராய்டு' நோய் ஏற்படும்.

இந்த நோயின் ஆரம்பத்தில் உடல் சோர்வாக இருக்கும். செயல்கள் மந்தமாகும். சாதாரணக் குளிரைக்கூட தாங்க முடியாது. அடுத்து முகம் வீங்கும். முடி கொட்டும். இளநரை தோன்றும். தோல் வறட்சி ஆகும். பசி குறையும். உடல் எடை அதிகரிக்கும். மலச்சிக்கல் உண்டாகும். ஞாபக மறதி, அதிக தூக்கம், முறையற்ற மாதவிலக்கு, குரலில் மாற்றம், கருச்சிதைவு மற்றும் கருத்தரிப்பதில் பிரச்னை என்று பல கோளாறுகளுக்குப் பாதை அமைக்கும். இத்தனைப் பிரச்னைகளை ஏற்படுத்துகிற 'குறை தைராய்டு' நோயை 'தைராக்சின்' என்ற மருந்தைக் கொடுத்து சரி செய்கிறார்கள் மருத்துவர்கள்.

இந்த மருந்தைக் கெண்டல் எப்படிக் கண்டுபிடித்தார்?

1910ல் பார்க் டேவிஸ் நிறுவனத்தில் கெண்டல் பணிபுரிந்தபோது தைராய்டு சுரப்பியிலிருந்து மருந்து தயாரிக்கும் ஆராய்ச்சியைத் தொடங்கினார். அப்போது பௌமன் என்ற பேராசிரியர் தைராய்டு சுரப்பியைப் பிழிந்து சாறு எடுத்து 'அயோடோதைரின்' எனும் மருந்தைக் கண்டுபிடித்திருந்தார். இது அவ்வளவாக சுத்தம் செய்யப்படாத மருந்து என்பதால் நோயாளிக்குக் கொடுத்துப் பார்க்க அவர் தயங்கினார். இதுதான் கெண்டலின் ஆராய்ச்சிக்கு உந்து சக்தியைக் கொடுத்தது. என்றாலும் அவர் விரும்பிய அளவுக்கு ஆராய்ச்சியை மேற்கொள்வதற்கு அங்கு வசதிகள் குறைவாக இருந்ததால், 1914ல் 'மேயோ கிளினிக்'கிற்கு மாறினார்.

பௌமன் தனது ஆராய்ச்சியில் தைராய்டு திசுவை 10% கந்தக அமிலத்தில் கொதிக்கவைத்து 'அயோடோதைரின்' மருந்தைத் தயாரித்திருந்தார். அதனால்தான் அதைச் சுத்தப்படுத்துவதில் சிரமம் என்று தெரிந்துகொண்டார் கெண்டல். எனவே அந்த முறையை மாற்றி

எட்வர்ட் கால்வின்

அமைத்தார். வெப்பமாக்கப்பட்ட நீர்ம சோடியம் மற்றும் பேரியம் ஹைட்ராக்சைடு கரைசலில் தைராய்டு திசுவைப் பலமுறை கொதிக்கவைத்து வடிகட்டினார். அதில் தயாரிக்கப்பட்ட கஷாயம் போன்ற மருந்தில் 47% அயோடின் இருந்தது. இன்னும் அதிக அளவில் அயோடின் இருந்தால்தான் தைராய்டு பிரச்னைக்கு நல்ல தீர்வு கிடைக்கும் என்று தீர்மானித்த கெண்டல் மேலும் அதை சுத்தப்படுத்துவதற்கு வழி தேடினார்.

1914ல் டிசம்பர் 23 அன்று அவருக்கு ஓர் அதிசயம் நிகழ்ந்தது. தான் கண்டுபிடித்திருந்த மருந்தை எத்தனால் எனும் ஆல்கஹாலில் கரைத்தார். அது சிறிது சிறிதாக ஆவியாகிக்கொண்டிருந்தது. தொடர்ந்து இரவும் பகலுமாக ஓய்வின்றி ஆராய்ச்சியில் ஈடுபட்டதால், கெண்டலுக்கு அன்றைக்கு உடல் சோர்வாக இருந்தது. கண் அயர்ந்து உறங்கிவிட்டார். அவர் கண்விழித்தபோது மஞ்சள் நிறத்தில் மெழுகுபோன்ற பொருளும் வெள்ளை நிறத்தில் பொடி போன்ற பொருளும் மீதமிருப்பதைக் கண்டார். அந்த இரண்டையும் மீண்டும் எத்தனாலில் கரைத்தபோது மெழுகு முழுவதுமாக கரைந்துவிட்டது. ஆனால் பொடி மட்டும் கரையவில்லை. அதைப் பரிசோதித்துப் பார்த்தபோது அதில் 60% அயோடின் இருந்தது. இந்த அளவு அயோடின் போதும் என்று முடிவு செய்து அந்த மருந்தை ‘குறை தைராய்டு’ கோளாறு உள்ளவர்களுக்குக் கொடுத்தார். உடலில் தைராக்சின் பற்றாக்குறையை இது ஈடுகட்டியதன் மூலம் நோயின் அறிகுறிகள் குறையத் தொடங்கின. தான் கண்டுபிடித்த அந்த மருந்துக்கு ‘தைராக்சின்’ என்று பெயரிட்டார்.

டாக்டர் ஹேரிங்கடன் என்பவர் 1926ல் இதன் வேதிக்கட்டமைப்பைக் கண்டறிந்த பிறகு தைராக்சின் மாத்திரையாகத் தயாரிக்கப்பட்டு மனிதப் பயன்பாட்டுக்கு வந்தது. ஆனால் டி4 வகைச் சேர்ந்த அந்த மருந்துக்கு சில பக்கவிளைவுகள் ஏற்பட்ட காரணத்தால் 1952ல் டி3 வகையைச் சேர்ந்த தைராக்சின் மருந்து தயாரிக்கப்பட்டது. இதுதான் இன்றைக்கு குறை தைராய்டு சிகிச்சைக்குப் பயன்படுத்தப்படுகிறது. என்றாலும் கெண்டல் கண்டுபிடித்த தைராக்சின்தான் அனைத்துக்கும் அடிப்படை. கெண்டல் மேற்கொண்ட அடுத்தடுத்த ஆராய்ச்சிகளுக்கு நோபல் பரிசு கிடைத்தது.

17

முடி உதிர்வதைத் தடுக்கும் மருந்து!

தலைமுடி அடர்த்தியாக வளர வேண்டும்; 'கருகரு'வென்று இருக்க வேண்டும் என்று விரும்பாதவர்கள் உண்டா? அதிலும் தலையிலிருந்து ஒரு சில முடிகள் உதிர்ந்துவிட்டாலே வாழ்க்கையில் இழக்கக் கூடாததை இழந்துவிட்டமாதிரி கவலைப்படுகிறவர்களும் இருக்கிறார்கள்.

முடியின் வளர்ச்சியில் பரம்பரைத் தன்மை, புரதச் சத்து, இரும்புச் சத்து, வைட்டமின்கள், தாதுக்கள் என்று பல காரணிகள் பங்குகொள்கின்றன. இவற்றில் பயாட்டின் எனும் சத்துப்பொருளுக்கு ரொம்பவே பங்கு உண்டு.

அது என்ன பயாட்டின்?

பி7 வைட்டமினுக்கு 'பயாட்டின்' என்று பெயர். இது தண்ணீரில் கரையக்கூடிய வைட்டமின் வகை. ஆகவே, இந்த வைட்டமின் உள்ள உணவை, மாத்திரையை அல்லது மருந்தைச் சாப்பிட்ட எட்டு மணி நேரத்தில் இது சிறுநீரில் வெளியேறிவிடும். இதனால், உடலின் தேவைக்கு இந்த வைட்டமின் உள்ள உணவுகளை நாம் தினமும் சாப்பிட வேண்டியது அவசியம்.

அரிசி, கம்பு, சோளம், ஓட்ஸ், முளைகட்டிய பயறுகள், கடலைப் பருப்பு, துவரம்பருப்பு, உளுந்தம்பருப்பு, சோயா, நிலக்கடலை, கொண்டைக்கடலை, பச்சைப் பட்டாணி, முந்திரிப் பருப்பு, பாதாம் பருப்பு, பால், வெண்ணெய், நெய், பாலாடைக்கட்டி, உருளைக் கிழங்கு, சோயாபீன்ஸ், வாழைப்பழம், ஆப்பிள், ஆரஞ்சு, திராட்சை, எலுமிச்சை, தக்காளி, தர்ப்பூசணி. பீட்ரூட், காளான், காலிஃபிளவர், முட்டைக்கோஸ், கீரைகள், ஆட்டிறைச்சி, வேகவைத்த முட்டை, மீன் முதலியவற்றில் பி7 வைட்டமின் அதிகமுள்ளது.

கார்போஹைட்ரேட்டிலிருந்து கிளைக்கோஜனைத் தயாரிப்பதற்கும், இரும்புச் சத்தும் புரதச்சத்தும் இணைந்து 'ஹீமோகுளோபின்' உற்பத்தியாவதற்கும், பி7 வைட்டமின் மிகவும் அத்தியாவசியம். இதன் மூலம் இந்த வைட்டமின் ரத்த உற்பத்திக்கு உதவுகிறது; ரத்தச்சோகை வராமல் தடுக்கிறது.

புரதச் சத்திலிருந்து அமினோ அமிலங்களைத் தயாரிக்கவும், கொழுப்புச் சத்திலிருந்து கொழுப்பு அமிலங்களைத் தயாரிக்கவும் இது அவசியம். தவிரவும் உடலில் தசைவளர்ச்சிக்கும் தோல் வளர்ச்சிக்கும் இது துணைபுரிகிறது.

மேலும், தலைமுடியின் வளர்ச்சி சரியாக இருக்கவும், அதன் கனம் குறைந்துவிடாமல் இருக்கவும், முடியின் நிறம் கருகருவென்று காணப்படவும் பல நொதிகள் தேவைப்படுகின்றன. அந்த நொதிகளைச் சரியான அளவில் தயாரித்துக் கொடுத்து, தலைமுடியின் ஆரோக்கியத்தைக் காப்பாற்றுவதில் பயாட்டின் அதிக பங்கெடுத்துக் கொள்கிறது. நகம் நலமாக வளரவும் இது உதவுகிறது. அண்ணப்பிளவு, உதட்டுப்பிளவு போன்ற பிறவி ஊனங்கள் ஏற்படாமல் தடுப்பதும் இதுதான்.

தினமும் நமக்கு 30லிருந்து 45 மைக்ரோ கிராம்வரை இது தேவைப் படுகிறது. உடலில் இந்த வைட்டமின் பற்றாக்குறை ஏற்படும்போது கடுமையான தசைவலி உண்டாகும். அடிக்கடி தசைப்பிடிப்பு உண்டாகும். பசி குறையும். உணவு சாப்பிட ஆர்வம் இருக்காது. குமட்டல், வாந்தி வரும். உடல் எளிதில் களைப்படைந்துவிடும். ரத்தச்சோகை ஏற்படும். தலைமுடி கொத்துக் கொத்தாக உதிரும். நகத்தில் வெள்ளைக்கோடுகள் விழும். நாக்கிலும் தொண்டையிலும் குழிப்புண்கள் தோன்றும். உணவு சாப்பிடும்போது நாக்கு எரியும். தோலில் சிவப்புநிற அழற்சிப் புண்கள் உண்டாகும். அவற்றில் நீர் வடியும். சிலருக்குத் தோல் உலர்ந்து வெடிப்புகள் விழும். 'எக்சீமா' (Eczema) எனும் ஒவ்வாமைத் தோல்நோய் வரும். இந்தப் பிரச்னை களுக்கெல்லாம் தீர்வு தருவதற்கு மருத்துவர்கள் பரிந்துரைப்பது பயாட்டின் மாத்திரையைத்தான் .

1916ஆம் ஆண்டில் ஜெர்மன் நாட்டைச் சேர்ந்த பேட்மேன் (W.G. Bateman) எனும் விஞ்ஞானிதான் இதைக் கண்டுபிடித்தார். இந்தக் கண்டுபிடிப்பில் ஒரு சுவாரஸ்யமும் உண்டு. ஜெர்மன் நாட்டில் 1900ஆம் ஆண்டுவாக்கில், கோழிக்குஞ்சுகளுக்கும், எலிகளுக்கும் திடீர் திடீரென்று தோலில் அழற்சி நோய்கள் உண்டாயின. இதனால், உணவுச்சந்தையில் கோழி இறைச்சிக்குப் பஞ்சம் ஏற்பட்டது. இந்த நோய்க்குக் காரணம் கண்டுபிடிக்க பல விஞ்ஞானிகள் முயற்சித்தனர். இவர்களில் பேட்மேன் என்பவருக்கு மட்டும் 'இது உணவுச் சத்துக்குறைவு நோய்' என்று புரிந்தது. இந்த நோயால் பாதிக்கப்பட்ட

கோழிக்குஞ்சுகளுக்கும், எலிகளுக்கும் பல சத்துணவுகளைக் கொடுத்துப் பார்த்தார். இறுதியில் வேகவைத்த கோழி முட்டைகளைக் கொடுத்ததும் இந்த நோய்கள் குணமாயின. இதனால் முட்டையின் மஞ்சள் கருவில் இருக்கும் ஒரு சத்துப்பொருள்தான் கோழிக் குஞ்சுகளுக்கும் எலிகளுக்கும் ஏற்படுகின்ற தோல் அழற்சி நோய்களைக் குணப்படுத்துகிறது என்று அவர் உறுதி செய்தார்.

பால் கொயார்கி

ஜெர்மன் மொழியில் 'Haut' என்றால் 'தோல்' என்று பொருள். ஆகவே, அந்த வார்த்தையின் முதல் எழுத்துக்கு முக்கியத்துவம் கொடுத்து, பேட்மேன் இதற்கு 'வைட்டமின்-H' என்று பெயரிட்டார். நோய்வாய்ப்பட்ட கோழிக்குஞ்சுகளுக்கு முட்டை கொடுத்து நோயைக் குணப்படுத்துவதற்குச் செலவு அதிகமாகும் என்பதால், இந்த வைட்டமினைத் தனியாகப் பிரிக்கமுடியுமா என்று யோசித்தார். ஆனால், அவரால் அது முடியவில்லை. அவரைத் தொடர்ந்து ஆராய்ச்சி செய்த கோக் (Gogl) மற்றும் ஜோனிஸ் (Jonnis) எனும் விஞ்ஞானிகள் 1930ஆம் ஆண்டில் முட்டையின் மஞ்சள் கருவிலிருந்து இந்த வைட்டமினைப் பிரித்தெடுத்து வெற்றி கண்டனர்.

காலப்போக்கில் ஆங்கில அகரவரிசையில் இருந்த எல்லா வைட்டமின்களுக்கும் புதிய பெயர்கள் சூட்டப்பட்டபோது, அதாவது, வைட்டமின் - A 'ரெட்டினால்' என்றும், வைட்டமின் - C 'அஸ்கார்பிக் அமிலம்' என்றும் புதிய பெயர்களைப் பெற்றபோது, 1935ஆம் ஆண்டில் 'பால் கொயார்கி' (Paul Gyorgy) எனும் ஹங்கேரி நாட்டு மருத்துவர் 'H' வைட்டமினுக்குப் 'பயாட்டின்' என்று பெயர் சூட்டினார்.

இதனைத் தொடர்ந்து 1940-இல் மனிதனின் கல்லீரலில் இந்த வைட்டமின் உள்ளது என்பதும் தெரியவந்தது. இறுதியாக, 1943ஆம் ஆண்டில் அமெரிக்காவில் இந்த வைட்டமினைச் செயற்கையாகவும் தயாரிக்கத் தொடங்கினர். பயாட்டின் வைட்டமின் விலங்குகளுக்கு மட்டுமன்றி மனித இனத்துக்கும் தேவையான ஒரு வைட்டமின் என்பது இருபதாம் நூற்றாண்டின் இடைப்பட்ட காலத்தில்தான் மருத்துவ உலகுக்குப் புரிந்தது. இன்றைக்கும் பல தோல் நோய்களுக்கும் தலைமுடி உதிர்வதைத் தடுப்பதற்கும் பயாட்டின் ஒரு மகத்தான மருந்தாகச் செயல்படுகிறது.

18

கைகண்ட காய்ச்சல் மருந்து!

'காய்ச்சலா, தலைவலியா... உடனே ஒரு பாராசிட்டமால் மாத்திரையைப் போட்டுக்கோ, அஞ்சி நிமிஷத்தில சரியாப் போகும்' என்று படித்தவர் முதல் பாமரர்வரை பலரும் சொல்வதைக் கேள்விப்பட்டிருப்பீர்கள். அலோபதி மருந்துகளிலேயே மிக அதிக அளவில் மக்களால் பயன்படுத்தப்படும் மருந்து இதுதான். உலகில் காய்ச்சலுக்காக தினமும் கோடிக்கான பேர் இந்த மாத்திரையை விழுங்கிக் கொண்டிருக்கிறார்கள்.

காய்ச்சல் என்பது தனிப்பட்ட நோயல்ல; அது ஒரு நோயின் அறிகுறி. மனித உடலின் இயல்பான வெப்பநிலை 98.6 டிகிரி ஃபாரன்ஹீட். இதற்கு மேல் வெப்பநிலை அதிகரித்தால் அதைக் காய்ச்சல் என்கிறோம். பாக்டீரியா, வைரஸ், ஒட்டுண்ணி, காளான் கிருமி என்று ஏதாவது ஒன்று உடலைத் தாக்கும்போது காய்ச்சல் வருகிறது. தாக்கும் கிருமியின் தன்மையைப் பொறுத்துக் காய்ச்சலின் குணம் அமைகிறது.

நம் மூளையில் 'ஹைப்போதலாமஸ்' எனும் பகுதி உள்ளது. குளிர்சாதனப் பெட்டியில் உள்ள 'தெர்மோஸ்டேட்' போல இது வேலை செய்து, நம் உடலின் வெப்பநிலையைச் சீராக வைத்துக் கொள்கிறது. ஆனால் கிருமிகள் உடலைப் பாதிக்கும்போது இதுவும் பாதிக்கப்படும். அப்போது இது உடலின் வெப்பத்தைக் கட்டுப் படுத்தத் தவறிவிடும். இதன் விளைவாக வருவதுதான் காய்ச்சல்.

காய்ச்சல் பல காரணங்களால் வருகிறது. பலருக்கும் பொதுவாக வரக்கூடியது 'ஃபுளு' காய்ச்சல். இது வைரஸ் கிருமிகளால் ஏற்படுகிறது. அசுத்தமான காற்று மூலம் இது பரவுகிறது.

காய்ச்சலுடன் மூக்கு ஒழுகுதல், கண்ணில் நீர் வடிதல், இருமல் போன்ற அறிகுறிகள் இதில் இருக்கும். காய்ச்சல் ஒரு வாரம் நீடிக்கும்.

பெர்னார்ட் புரூடி

சின்னம்மை, தட்டம்மை, அம்மைக்கட்டு போன்றவையும் வைரஸால் வருகிற நோய்கள்தான். இந்த நோய்களில் காய்ச்சல் கடுமையாக இருக்கும். உடலில் அம்மைக் கொப்புளங்கள் தோன்றும். அம்மைக்கட்டு நோயில் காதோடு சேர்த்து வீக்கம் காணப்படும்.

'டைபாய்டு' காய்ச்சல், சால்மோனல்லா எனும் பாக்டீரியாவால் வருகிறது. துவக்கத்தில் காய்ச்சல் மிதமாக இருக்கும். நாளாக ஆக காய்ச்சல் கடுமையாகும். நாக்கில் வெண்படலம் தோன்றும். வயிற்றுவலி, வாந்தி ஏற்படும். அசுத்தமான குடிநீர் மற்றும் உணவு மூலம் இது பரவுகிறது. பாக்டீரியாவால் வரக்கூடிய மற்றொரு காய்ச்சல், நிமோனியா. கடுமையான காய்ச்சல், இடைவிடாத இருமல், சளி, நெஞ்சுவலி போன்றவை இதன் அறிகுறிகள்.

குழந்தைகளுக்கும் சிறுவர்களுக்கும் வரக்கூடிய நோய்களில் மூளைக் காய்ச்சல் முக்கியமானது. பன்றிகள் நிறைந்த இடங்களில் வசிப்போருக்கு மூளைக் காய்ச்சல் வரும். கொசு கடிப்பதால் இது பரவும். கடுமையான காய்ச்சல், இடைவிடாத வாந்தி, கழுத்துவலி, கழுத்தை அசைக்க முடியாத நிலைமை இதன் முக்கிய அறிகுறிகள். கொசுக்களால் பரவும் மற்றொரு காய்ச்சல் டெங்கு காய்ச்சல். பெரியவர்களைவிட குழந்தைகளைத்தான் இது அதிகமாகத் தாக்கும். கடுமையான காய்ச்சல், தலைவலி, மூட்டுவலி, தோலில் சிவந்த தடிப்புகள் தோன்றுதல் போன்றவை இதன் அறிகுறிகள்.

சில நோய்களில் காய்ச்சல் வெளிப்படும் விதம் தனித்தன்மை கொண்டதாக இருக்கும். டைபாய்டு காய்ச்சல் தினமும் வரும். மலேரியா காய்ச்சல் ஒரு நாள் விட்டு ஒரு நாள் ஒரே நேரத்தில் வரும். தினமும் இரவுநேரத்தில் மட்டும் காய்ச்சல் வருமானால் அது காசநோயின் அறிகுறி. குளிர் காய்ச்சல் வருமானால் மலேரியா,

ஜூலியஸ் ஆக்செல்ரோட்

யானைக்கால் நோய், சிறுநீர்ப்பாதை அழற்சி, நெறிக்கட்டு போன்றவை காரணமாக இருக்கும்.

இப்படி எந்தக் காய்ச்சல் வந்தாலும் மருத்துவர்கள் முதலில் பாராசிட்டமால் மாத்திரை / மருந்து / ஊசியைப் பயன்படுத்தி காய்ச்சலைக் குறைக்கிறார்கள். அதைத் தொடர்ந்து காய்ச்சலுக்கான காரணத்தைக் கண்டறிந்து அதற்குரிய மருந்தைக் கொடுக்கிறார்கள். நோய் குணமாகிறது.

பாராசிட்டமாலின் வேதிப்பெயர் 'அசிட்டமினோபென்'. இதைக் கண்டுபிடித்தது ஒரு தனிக் கதை.

கி.பி. பத்தொன்பதாம் நூற்றாண்டில் காய்ச்சலைக் கட்டுப்படுத்த ஆஸ்பிரின் மாத்திரையும், சின்கோனா மரப்பட்டையிலிருந்து தயாரிக்கப்படுகிற குயினின் என்ற மருந்தும் தரப்படுவது வழக்கத்தில் இருந்தது. 1880ல் சின்கோனா மரத்திற்குத் தட்டுப்பாடு வந்த காரணத்தால், புதிய மருந்தைக் கண்டுபிடிக்க வேண்டிய கட்டாயம் ஏற்பட்டது.

1873ல் அமெரிக்காவைச் சேர்ந்த வேதியிலாளர் ஹார்மன் நார்த்ரோப் மோர்ஸ் என்பவர் கிளேசியல் அசிட்டிக் அமிலத்திலிருந்து பாராசிட்டமாலை ஏற்கெனவே கண்டுபிடித்திருந்தார். ஏனோ தெரியவில்லை, அதை அவர் மனிதப் பயன்பாட்டுக்குக் கொண்டுவரவில்லை. இதைத் தொடர்ந்து 1886ல் அசிட்டனிலைடு என்ற மருந்தும், 1887ல் பினாசிட்டின் என்ற மருந்தும் கண்டுபிடிக்கப்பட்டன. இந்த இரண்டு மருந்துகளைப் பயன்படுத்துவர்களின் ரத்தச் சிவப்பணுக்களுக்கு ஆக்சிஜனை ஏற்றுக்கொள்ளும் சக்தி குறைந்துபோனது. இதனால் உயிருக்கு ஆபத்து நேரக்கூடும் என்பதால் இவற்றைத் தொடர்ந்து பயன்படுத்துவதில் சிக்கல் ஏற்பட்டது.

இந்த ரத்தக்கோளாறு ஏற்படுவதற்கான காரணத்தை அறிய பெர்னார்ட் புரூடி, ஜூலியஸ் ஆக்செல்ரோட் எனும் இருவர் ஆராய்ச்சியில் இறங்கினர். 1948ல் இவர்களுடைய முயற்சிக்கு பலன் கிடைத்தது. அசிட்டனிலைடு மற்றும் பினாசிட்டின் மருந்துகளில் பாராசிட்டமால் எனும் வளர்சிதைமாற்றப் பொருளும் இருக்கிறது; இதுதான் காய்ச்சலைக் கட்டுப்படுத்துகிறது. பாராசிட்டமாலும் இந்த மருந்துகளும் சேர்ந்திருக்கும்போது ரத்தக்கோளாறு ஏற்படுகிறது.

அதேநேரத்தில் இவற்றிலிருந்து பாராசிட்டமாலைத் தனியாகப் பிரித்தெடுத்துப் பயன்படுத்தினால் ரத்தக் கோளாறைத் தவிர்த்துவிடலாம்; காய்ச்சலையும் கட்டுப்படுத்தலாம் என்று தெரிவித்தனர். அதன்படி 1950ல் பாராசிட்டமால் மருந்தைத் தயாரிக்கத் தொடங்கினர்.

ஹார்மன் நார்த்ரோப்

1955ல் அமெரிக்காவில் 'டைலினால்' எனும் பெயரிலும் 1956ல் இங்கிலாந்தில் 'பெனடால்' எனும் பெயரிலும் இது மனிதப் பயன்பாட்டுக்கு வந்தது. இன்றைக்கு ஒவ்வொரு வீட்டிலும் காய்ச்சலுக்குக் கடிவாளம் போடும் மகத்தான முதலுதவி மருந்தாக பாராசிட்டாமால் வீற்றிருக்கிறது.

இது எப்படி வேலை செய்கிறது?

மூளையின் தெர்மோஸ்டேட்டாக விளங்குகிற ஹைப்போதலாமஸைத் தூண்டி அதைச் செயல்பட வைக்கிறது. உடலில் வியர்வை சுரப்பதை அதிகரிக்கச் செய்து அதன் வழியாக உடலின் வெப்பத்தை வெளியேற்றுகிறது. இதனால் காய்ச்சல் குறைகிறது.

19

மலேரியாவை விரட்டி அடிக்கும் மருந்துகள்!

இன்றைக்கும் உலக அளவில் பெரும் பாதிப்புகளை ஏற்படுத்தி வரும் மிகப் பழமையான நோய்களில் மலேரியா முக்கியமானது. இது எய்ட்ஸ் நோயைவிடவும் கொடியது என்றால் மிகையாகாது. உலக சுகாதார அமைப்பின் புள்ளிவிவரப்படி உலக நாடுகளில் ஆண்டு தோறும் சுமார் 50 லட்சம் மக்களை இது பலி வாங்கிக் கொண்டிருக்கிறது. 30 கோடிப் பேருக்கு புதிதாக மலேரியா வருகிறது. இந்தியாவைப் பொறுத்தவரை 30 லட்சம் மக்கள் ஆண்டுதோறும் இந்த நோயால் பாதிக்கப்படுகின்றனர்.

கி.மு. ஐந்தாம் நூற்றாண்டில் ஹிப்போகிரேட்ஸ் எனும் கிரேக்க மருத்துவர் வாழ்ந்த காலத்திலேயே மலேரியா பரவியிருந்ததாக வரலாறு கூறுகிறது. அக்காலத்தில் இது கெட்ட காற்று மூலமாகப் பரவுவதாக மக்கள் நம்பியதால் இந்தப் பெயரைப் பெற்றுள்ளது. இத்தாலிய மொழியில் 'MALA' என்றால் 'கெட்ட' எனவும், 'ARIA' என்றால் 'காற்று' எனவும் பொருள்.

உண்மையில் மலேரியா கொசுக்கடி மூலமே பரவுகிறது. அதிலும் பெண் அனாபிலின் கொசுவால் மட்டுமே மலேரியாவைப் பரப்ப முடியும். ஆரம்ப காலத்தில் இந்த நோயை ஏற்படுத்தும் கிருமி எதுவெனத் தெரியாமல் இருந்தது. 1880ல் லாவெரன் எனும் பிரான்சு ராணுவ மருத்துவர்தான் இது ஓர் ஒட்டுண்ணிக் கிருமியால் உண்டாகிறது என்று கண்டுபிடித்தார். அதற்கு 'பிளாஸ்மோடியம்' என்று பெயருமிட்டார். 1891ல் ரோமோனஸ்க்கி என்ற ரஷ்ய மருத்துவர் மலேரியா ஒட்டுண்ணிகளை நுண்ணோக்கியில் பார்க்க முடியும் என்று உறுதி செய்தார். ஆனால் அப்போதுகூட இந்த

ஒட்டுண்ணிகள் எப்படி மனிதனை அடைகின்றன என்கிற விஷயம் புரியாமலே இருந்தது. 1894ல் பேட்ரிக் மேன்சன் என்பவர் கொசுக்கள்தான் இந்த ஒட்டுண்ணிகளை மனிதனுக்குப் பரப்பி நோயைத் தருகின்றன என்பதைத் தெளிவுபடுத்தினார்.

லாவெரன்

இந்தியாவில் ஆந்திராவில் ஆராய்ச்சி செய்துவந்த ரோனால்டு ராஸ் எனும் அறிவியலாளர் மலேரியா ஒட்டுண்ணிகள் அனாபிலின் கொசுக்களின் வயிற்றில் வளர்வதை உறுதிசெய்தார். பின்பு பாட்டிஸ்டா கிராஸி என்பவர் அனாபிலின் கொசுக்களில் பெண் கொசுக்கள் மட்டுமே மலேரியா நோயாளியைக் கடித்து ஒட்டுண்ணியைப் பெற்றுக் கொள்கிறது எனவும், மீண்டும் அது அடுத்த மனிதரைக் கடிக்கும்போது கிருமிகளை அவருக்கும் கொடுத்து நோயைப் பரப்புகிறது எனவும் ஐயமின்றி விளக்கினார்.

கொசுக்களின் உமிழ்நீர் வழியாக மலேரியா கிருமிகள் நம் உடலுக்குள் புகுந்த பின்பு ரத்தத்தில் கலந்து கல்லீரலுக்குச் சென்று ஒரு வாரம் தங்கும். அப்போது கோடிக்கணக்கில் அவை பெருகும். பிறகு அங்கிருந்து ரத்தத்துக்கு வந்து சிவப்பணுக்களை அழிக்கும். இதனால் மலேரியா காய்ச்சல் ஏற்படும். கடுமையான குளிர் காய்ச்சல், உடல்வலி, தலைவலி, வாந்தி ஆகியவை இந்த நோய்க்கே உரித்தான முக்கிய அறிகுறிகள்.

மலேரியாவுக்கு ஆரம்பத்திலேயே சிகிச்சை பெறாவிட்டால் சிறுநீரகங்கள் பாதிக்கப்பட்டு, 'கறுப்புத் தண்ணீர்க் காய்ச்சல்' (Black Water Fever) வரும். இந்த நோயின்போது சிறுநீரில் ரத்தம் அதிக அளவில் வெளியேறி உயிருக்கு ஆபத்தை ஏற்படுத்தும்.

17ம் நூற்றாண்டில் ஐரோப்பாவில் 'சின்கோனா' மரப்பட்டையிலிருந்து தயாரிக்கப்பட்ட 'குயினின்' எனும் மருந்துதான் முதன் முதலில் மலேரியாவுக்குக் கொடுக்கப்பட்டது. உலகில் நடந்த இரண்டு உலகப் போர்களால் ஐரோப்பாவிலிருந்து மற்ற நாடுகளுக்கு சின்கோனா இறக்குமதி தடை செய்யப்பட்டது. இதனால் ஒவ்வொரு நாடும் தனித் தனியாக மலேரியாவுக்கு மருந்து கண்டுபிடிக்க முயற்சி செய்தது. 1926ல் ஜெர்மனியர்கள் 'மெப்பாகிரின்' என்ற மருந்தையும், 1934ல் அமெரிக்கர்கள் 'குளோரோகுயின்' எனும் மருந்தையும், 1945ல் இங்கிலாந்துக்காரர்கள் 'புரோகுவானில்' எனும் மருந்தையும்

கண்டுபிடித்தனர். 1951ல் பிரிமாகுயின், பைரிமெத்தமின் என்ற மருந்துகள் சந்தைக்கு வந்தன. என்றாலும் எந்த ஒரு மருந்தாலும் மலேரியா மீண்டும் மீண்டும் தாக்குவதைத் தடுக்க முடியவில்லை. மேலும், ஒரே ஒரு மருந்தை மட்டும் கொடுத்து சிகிச்சை தரும்போது, அந்த மருந்தையே எதிர்த்துப் போராடும் குணம் மலேரியா கிருமிகளுக்கு வந்துவிடுவதால், இந்த மருந்துகளால் மலேரியாவை முழுவதுமாக குணப்படுத்த முடியவில்லை.

இந்தச் சூழலில் வியட்நாம் போரில் லட்சக்கணக்கான வீரர்கள் மலேரியா காய்ச்சலில் உயிரிழந்த காரணத்தால், சீனாவின் தலைவர் மாவோ மலேரியாவுக்குப் புதிய மருந்தைக் கண்டுபிடிக்கும் வகையில் 1967ல் மே 23 தேதியன்று 'திட்டம் 523' (Project 523) ஐத் தொடங்கிவைத்தார். இதில் சுமார் 600 சீன விஞ்ஞானிகள் முழுவீச்சாக ஈடுபடுத்தப்பட்டனர். இவர்கள் ஜீ ஹாங் (Ge Hong) எனும் சீன மருத்துவர் கி.பி. 300வாக்கில் சீனாவில் பரம்பரை வைத்தியமாக கிராமங்களில் காய்ச்சலுக்காக கொடுத்துவந்த 'கிங்குவா' (Qinghao) எனும் பச்சிலைச் சாற்றை ஆராய்ச்சி செய்தனர். 'கிங்குவா'க்கு 'ஆர்ட்டிமிஸியா அனுவா' (Artemisia annua) என்பது தாவரப் பெயர். இதன் சாற்றில் 'ஆர்ட்டிமிசினின்' எனும் மருந்து உள்ளது என 1973ல் கண்டுபிடித்தனர். இது மலேரியா கிருமிகளை 100 சதவிகிதம் அழித்து விடுவதால், நோய் முற்றிலும் குணமாகிறது என்று உறுதிசெய்தனர்.

1976ல் இதன் வேதிக்கட்டமைப்பைக் கண்டுபிடித்து மாத்திரையாகவும் ஊசி மருந்தாகவும் தயாரித்தனர். இந்த மருந்து மலேரியா ஒட்டுண்ணிகள் வளர்வதற்குத் தேவையான ஹீம் மற்றும் புரதங்களை அழித்துவிடுவதால் கிருமிகள் மேலும் வளர முடியாமல் இறந்துவிடுகின்றன என்று தெளிவுபடுத்தினர். இதனைத் தொடர்ந்து 1987ல் ஆர்ட்டிமீத்தர், ஆர்ட்டிசுனேட் என்ற இரண்டு புதிய மருந்துகளையும் கண்டுபிடித்தனர். இந்தியாவில் 'ஆர்ட்டீத்தர்' எனும் மருந்து கண்டுபிடிக்கப்பட்டது.

இவை எல்லாமே இப்போது மலேரியாவைக் குணப்படுத்துவதில் முன்னிலை வகிக்கின்றன என்றாலும், இவற்றுக்கும் கிருமிகள் அஞ்சாத நிலைமை ஏற்பட்டுவிடக்கூடாதே எனும் எச்சரிக்கை உணர்வில் இவற்றைத் தனித் தனியாக நோயாளிக்குக் கொடுப்பதற்குப் பதிலாக, பைரிமெத்தமின், மெஃப்ளோகுயின், லுமிஃபென்ட்ரின் எனும் மருந்துகளில் ஏதாவது ஒன்றுடன் கலந்துகொடுக்க வேண்டும் என்று உலக சுகாதார நிறுவனம் அறிவுறுத்தியுள்ளது.

உலகில் ஒரு நோயை விரட்டியடிக்க பலதரப்பட்ட மருந்துகள் வரிசைகட்டி போராடவேண்டிய கட்டாயம் மலேரியாவுக்கு மட்டுமே உண்டானது என்கிறது மருத்துவ வரலாறு.

20

நோபல் பரிசை பெற்றுத் தந்த மருந்து!

மலேரியா, யானைக்கால் நோய்களில் இருந்து நம்மைப் பாதுகாக்க புதிய மருந்துகளைக் கண்டுபிடித்த அயர்லாந்தைச் சேர்ந்த வில்லியம் கேம்பெல், ஜப்பானைச் சேர்ந்த சடோஷி ஓமுரா, சீனாவைச் சேர்ந்த பெண் விஞ்ஞானி யூயூ டு இவர்கள் மூவருக்கும் மருத்துவத்துக்கான நோபல் பரிசு 2015ஆம் ஆண்டு கிடைத்தது.

இவர்கள் மூவரும் ஒட்டுண்ணிகளால் மனிதர்களுக்கு ஏற்படும் நோய்களுக்கு மருந்து கண்டுபிடிக்கும் ஆராய்ச்சியில் ஈடுபட்டவர்கள். இவர்களில் முதல் இரண்டு பேர் யானைக்கால் நோய்க்கு 'ஐவர்மெக்டின்' (Ivermectin) என்ற மருந்தைக் கண்டுபிடித்துள்ளனர். சீன விஞ்ஞானி யூயூ டு மலேரியா நோய்க்கு 'ஆர்ட்டிமிசினின்' எனும் மருந்தைக் கண்டுபிடித்துள்ளார். இந்த மருந்தின் மகத்துவத்தை ஏற்கெனவே பார்த்துவிட்டோம். எனவே, யானைக்கால் நோய்க்கான மருந்தின் மகத்துவத்தை இப்போது பார்க்கலாம்.

அதற்குமுன், யானைக்கால் நோய் (Filariasis) பற்றிய சிறிய அறிமுகம்.

கொசுக்களால் பரவும் முக்கிய நோய்களில் இதுவும் ஒன்று. இந்தியாவில் 5 கோடிப் பேர் இந்த நோயால் அவதிப்படுகிறார்கள். தமிழகத்தில் மட்டும் 40 ஆயிரம் பேருக்கு இந்த நோய் உள்ளதாக அரசு வட்டாரம் தகவல் கொடுத்திருக்கிறது. இது பெரும்பாலும் கால், கை, விரைகள் மற்றும் மார்பகத்தைப் பாதித்து, அவற்றை வீங்கவைக்கிறது. இந்த நோய் வந்தவரின் கால்கள் பார்ப்பதற்கு யானைக்கால்களைப் போல வீங்கியிருப்பதால் இந்தப் பெயரைப் பெற்றுள்ளது.

‘வுச்செரிரியா பாங்க்ராஃப்டை’ (Wuchereria bancrofti) எனும் ஒட்டுண்ணிப் புழுக்களின் தாக்குதலால் இது ஏற்படுகிறது. ஒரு மில்லி ரத்தத்தில் சுமார் ஆயிரம் புழுக்கள் இருக்கும். இவை ஆண், பெண் என இரு பாலினப் புழுக்களாக காணப்படும். ஆண் புழு ஒவ்வொன்றும் 40 மிமீ நீளமுள்ளது. ஒரு பெண் புழு அதிகபட்சமாக 100 மிமீ நீளமிருக்கும். முழு வளர்ச்சியடைந்த ஒரு புழுவானது சுமார் 15 ஆண்டுகளுக்கு உயிர் வாழக்கூடியது. வழக்கத்தில் இந்தப் புழுக்கள் ரத்த ஓட்டத்திலிருந்து விலகி நிணநீர் ஓட்டத்துக்கு வந்துவிடும். அதாவது கணுக்காலில் இருந்து மிக மெலிதான குறுகலான பாதையைக்கொண்ட குழாய்கள், நிணநீர் எனும் திரவத்தை மேல் நோக்கி எடுத்துச்செல்கின்றன. இந்த நிணநீர்ப் பாதையை பாங்க்ராஃப்டை புழுக்கள் அடைத்துவிடும். இதன் விளைவாக கீழ்க்கால், கணுக்கால், மற்றும் பாதங்களில் நிணநீர் தேங்கி வீங்கிவிடுகின்றன.

இந்தப் புழுக்களின் வளர்ச்சி இரண்டு கட்டங்களாக நடக்கிறது. புழுக்கள் மனித ரத்தத்திலும், லார்வாக்கள் கொசுவின் உடலிலும் வளர்கின்றன. ஆண், பெண் புழுக்கள் இணைந்து இனப்பெருக்கம் செய்கின்றன. பெண் புழுக்கள் ரத்தத்தில் முட்டையிடுகின்றன. அப்போது கியூலெக்ஸ் கொசுக்கள் நம்மைக் கடித்து ரத்தத்தை உறிஞ்சும்போது புழுக்களின் முட்டைகள் கொசுக்களின் வயிற்றுக்குச் சென்றுவிடும். அங்கு முட்டைகள் பொரிந்து லார்வாக்கள் வெளிவரும். பிறகு இவை பல கட்டங்களாக வளர்ந்து கொசுக்களின் உமிழ்நீருக்கு வந்து சேரும். இந்த நேரத்தில் அந்தக் கொசு அடுத்த மனிதரைக் கடிக்கும்போது அவருக்கும் லார்வாக்கள் பரவிவிடும். அடுத்து, அந்த மனிதரின் ரத்தத்தில் லார்வாக்கள் வளர்ந்து முழுப் புழுவாகி நிணநீர்ப் பாதையை அடைக்கும். இப்படித்தான் ஒருவருக்கு யானைக்கால் நோய் ஏற்படுகிறது. பொதுவாக ஒரு லார்வா ஒருவரின் உடலில் புகுந்து முழுப் புழுவாகி நோயை ஏற்படுத்துவதற்கு 8லிருந்து 16 மாதங்கள்வரை எடுத்துக்கொள்கிறது.

இந்த நோயின் ஆரம்பத்தில் குளிர்காய்ச்சல் வரும். கால்கள் சிவப்பு நிறமாக மாறும். தொடையில் நெறிகட்டும். கால் பாதங்கள் மற்றும் விரைகள் வீங்கும். இரண்டு வாரங்களில் காய்ச்சல், நெறிக்கட்டு மறைந்து விடும். ஆனால் கால்வீக்கம் குறையாது. நிலைத்துவிடும். பிறகு சில மாதங்கள் கழித்து மீண்டும் காய்ச்சல் வரும். இப்போது கால் வீக்கம் இன்னும் அதிகமாகும். இப்படிப் பலமுறை இந்தக் காய்ச்சல் வரும்போதெல்லாம் கால்கள் வீங்கிவிடும்.

சமீப காலம் வரை இந்த நோய்க்கு ‘டைஎதில் கார்பமெசின்’ (Diethylcarbamazine) எனும் மருந்து கொடுக்கப்படுவது வழக்கத்தில் இருந்தது. 1947ல்

இந்த மருந்தைக் கண்டுபிடித்தவர் ஆந்திராவில் பிறந்து சென்னையில் மருத்துவம் பயின்று அமெரிக்காவில் வாழ்ந்த இந்தியர். பெயர் டாக்டர் சுப்பாராவ். இதை நோயாளிகள் குறைந்தது மூன்று வாரங்களுக்குத் தொடர்ந்து சாப்பிட வேண்டும். பல நோயாளிகள் இப்படிச் சாப்பிடாததால், இந்த மருந்தையே எதிர்க்கும் சக்தி இந்தப் புழுக்களுக்கு வந்துவிட்டது. இதனால் நோய் குணமாவது தாமதமானது.

சுப்பாராவ்

இந்தச் சூழலில் கேம்பெல், ஓமுரா இருவரும் மண்ணில் காணப்படும் ஸ்ட்ரெப்டோமைசிஸ் (Streptomyces) எனும் ஒருவகை பாக்டீரியாவை ஆராய்ச்சி செய்தனர். ஓமுரா இந்த பாக்டீரியாவைப் பல்வேறு வளர் ஊடகங்களில் வளர்த்து, அவற்றில் 50 ஊடகங்களில் வளர்ந்திருந்த பாக்டீரியாக்களை மட்டும் மீண்டும் மீண்டும் ஆராய்ந்தார். அதில் ஸ்ட்ரெப்டோமைசிஸ் அவெர்மிட்டிலிஸ் (Streptomyces avermitilis) எனும் பாக்டீரியா துணைஇனத்தில் அவெர்மெக்டின் எனும் மருந்து உள்ளது எனக் கண்டுபிடித்தார். அமெரிக்க விஞ்ஞானி கேம்பெல் இந்த பாக்டீரியாவிலிருந்து அவெர்மெக்டின் மருந்தைப் பிரித்தெடுத்து, அதன் வேதிப்பண்பைக் கண்டுபிடித்து, இதைச் செயற்கையாகத் தயாரிக்க வழி சொன்னார். இந்த மருந்து ஐவெர்மெக்டின் எனும் பெயரில் 1981ல் மனிதப் பயன்பாட்டுக்கு வந்தது.

இது எப்படி வேலை செய்கிறது?

இது பாங்கிராஃப்டை புழுக்களின் நரம்பு மண்டலத்தை முடமாக்கி விடுவதால் அவை செயலிழந்து இறந்துவிடுகின்றன. மேலும் இதை ஆண்டுக்கு ஒருமுறை சாப்பிட்டாலே போதும். ரத்தத்தில் உள்ள புழுக்கள் அனைத்தும் இறந்துவிடுகின்றன. எனவே யானைக்கால் நோய் வருவது முற்றிலும் தடுக்கப்படுகிறது. இன்றைய தினம் இந்த நோய்க்கு உலக அளவில் 'டைஎதில் கார்பமெசின்' மருந்து பின்னுக்குத் தள்ளப்பட்டுவிட்டது. ஐவெர்மெக்டின் முந்திக்கொண்டது.

சொறிசிரங்கு, தலைப்பேன் மற்றும் நதி கண்பார்வை இழப்பு (River Blindness) போன்ற பல நோய்களையும் இது குணப்படுத்துகிறது என்பது கூடுதல் தகவல்.

21

இதயத் துடிப்பைச் சரிப்படுத்தும் மருந்து!

ஹார்ட் ஃபெயிலியர்.

பலருக்கும் இந்த வார்த்தைகள் புதிதாகவும், புதிராகவும் இருக்கலாம். காரணம் 'ஹார்ட் அட்டாக்'கைத் தெரிந்திருக்கிற அளவுக்கு 'ஹார்ட் ஃபெயிலியர்' என்று அழைக்கப்படுகிற 'இதயச் செயல் இழப்பு நோய்' குறித்து படித்தவர்கள்கூட தெரியாமல் இருக்கின்றனர்.

இதயம் ஒவ்வொருமுறை துடிக்கும்போதும் சுமார் 70 மி.லி. ரத்தத்தை வெளியேற்ற வேண்டும். அப்போதுதான் கல்லீரல், மூளை, சிறுநீரகம் போன்ற உயிர்காக்கும் உறுப்புகளுக்குத் தேவையான ரத்தத்தை அதனால் கொடுக்க முடியும். ஆனால், சில நேரங்களில் அது இயலாமல் போய்விடும். அப்போது இதயம் தனது வழக்கமான பணிகளைச் செய்ய முடியாது. அந்த நிலைமையை 'இதயச் செயல் இழப்பு' (Heart failure) என்கிறோம்.

உயர் ரத்த அழுத்தம், மாரடைப்பு, நீரிழிவு நோய், இதய வால்வுக் கோளாறுகள் போன்றவற்றால் திடீரென்றோ, நாளடைவிலோ இதயம் பாதிக்கப்படும்போது, இதயத் தசைகளின் சுருங்கி விரியும் தன்மை குறைந்துவிடுகிறது. இதன் விளைவாக, இதயத்தின் வேலைப்பளு அதிகமாகிறது. இந்த நிலைமையைச் சரிக்கட்ட, இதயம் தன்னைப் பெரிதாக விரித்துக்கொண்டு வழக்கத்தைவிட வேகமாகவும், அதிகமாகவும் துடிக்கிறது. இவற்றின் மூலம் உடலுக்குத் தேவையான ரத்தத்தைக் கொடுக்க முயற்சி செய்கிறது.

துவக்கத்தில் இந்த முயற்சியால் இதயத்திற்கு வெற்றி கிட்டும் என்றாலும், நாளடைவில் 'தன்வினைத் தன்னைச் சுடும்'

என்பதைப்போல இதயத்தில் ஏற்பட்ட மாற்றங்களே அதற்கு வினையாகி, இதயம் தனது செயல்திறனை இழக்கிறது. ஓரளவிற்கு விரிந்த இதயம் அளவுக்கு மீறி விரியும்போது, இயல்பாகத் துடிக்க முடியாமல் சிரமப்படுகிறது. வேகமாகவும், அதிகமாகவும் துடித்த இதயம் ஒரு கட்டத்தில் துடிப்பதற்கே சிரமப் படுகிறது. இதனால், இதயத்திலிருந்து ரத்தம் வெளியேறுவது குறைகிறது. இதேபோல் உடலிலிருந்தும், நுரையீரல் களிலிருந்தும் இதயத்திற்கு ரத்தம் வருவது குறைகிறது. விளைவு, நுரையீரல், கல்லீரல், குடல் ஆகியவற்றில் நீர்த் தேக்கம் உண்டாகிறது. இதுதான் இதயச் செயல் இழப்புக்கு அடிப்படை.

வில்லியம் விதெரிங்

இந்த நோய் பெரும்பாலும் 65 வயதிற்கு மேற்பட்டவர்களுக்கே வருகிறது. என்றாலும், பிறவி இதயக் குறைபாடு உள்ள குழந்தை களுக்கும், சிறுவர், சிறுமிகளுக்கும் இந்த நோய் வரலாம். இந்தியாவில் 50 லட்சம் பேருக்கு இந்த நோய் உள்ளது. ஆண்டுதோறும் புதிதாக 20 லட்சம் பேருக்கு இது வருகிறது.

இந்த நோயாளிகளுக்கு மூச்சுத் திணறல்தான் முக்கிய அறிகுறி. அதிலும் குறிப்பாக இரவில் படுக்கும்போது பெருமூச்சு வாங்கும். சுவாசிப்பதில் சிரமம் ஏற்படும்.சிலருக்கு உறக்கத்தில் விழிப்பு வந்து தொடர்ச்சியாக இருமல் வரும். இவர்கள் உடனே எழுந்து உட்கார்ந்து, முன்புறம் நன்கு சாய்ந்து கொண்டால் மூச்சுத் திணறல், இருமல் சிறிதளவு குறையும்.

இந்த நோய்க்கு ‘டிஜிடாக்சின்’ *(Digitoxin)* எனும் மருந்து நல்ல பலன் தருகிறது. கி.பி. 18ம் நூற்றாண்டில் இங்கிலாந்தில் பாரம்பரிய மூலிகை மருந்திலிருந்து கண்டுபிடிக்கப்பட்டது என்பதுதான் இதன் சிறப்பு. இதைக் கண்டுபிடித்தவர் ‘வில்லியம் விதெரிங்’ *(William Withering)* எனும் இங்கிலாந்து மருத்துவர்.

சர் ஜேம்ஸ் மெக்கன்ஷி

கேம்பெல்

1775ல் ஒருநாள் இவருடைய கிளினிக்குக்கு உயிருக்குப் போராடும் நிலைமையில் ஓர் இருதய நோயாளி வந்தார். அவரின் இதயத்துடிப்பு மிகவும் மோசமாக இருந்ததால் தன்னால் சிகிச்சை தர முடியாது என்று கூறி திருப்பி அனுப்பிவிட்டார். ஆனால் சில வாரங்களுக்குப் பிறகு அந்த நோயாளி குணமடைந்து நல்ல உடல் நலத்துடன் இருக்கிறார் என்று கேள்விப் பட்டு அவரைச் சந்தித்தார். அவர் எடுத்துக் கொண்ட சிகிச்சை குறித்து விசாரித்தார். தெருக்களில் கை ரேகை ஜோசியம் பார்க்கும் ஒரு மூதாட்டி கொடுத்த மூலிகையைச் சாப்பிட்டதாகச் சொன்னார். மிகவும் ஆச்சரியப்பட்ட விதெரிங் அந்த மூதாட்டியைத் தேடிக் கண்டுபிடித்து, அவருடைய மூலிகை ரகசியங்களைக் கேட்டுத் தெரிந்துகொண்டார்.

அக்காலத்தில் உடலில் நீர் கோத்து வீக்கம் உள்ளவர்களுக்கு 'ஃபாக்ஸ்குளோவ்' (Foxglove) எனும் மூலிகையைப் பரம்பரை வைத்தியர்கள் கொடுத்து வந்தார்கள். இதன் தாவரப்பெயர் டிஜிட்டாலிஸ் பர்பூரியே (Digitalis purpurea). அதன் இலைகளைக் காய்ச்சி டிகாஷனாக வடிகட்டிச் சாப்பிட்டால் இதயநோய் குணமாகிறது என்று மூதாட்டி சொன்ன அனுபவ உண்மையை ஆதாரமாக வைத்து, அதை ஆராய்ச்சி செய்தார். அதன் இலைகளிலிருந்து பல்வேறு முறைகளில் கஷாயம் தயாரித்தும், அதன் இலைகளைக் காயவைத்துப் பொடி செய்தும் பரிட்சார்த்தமாக 163 இதய நோயாளிகளுக்குக் கொடுத்துப் பார்த்தார். எல்லோருக்கும் நோய் கட்டுப்பட்டது. எனவே இதயத் துடிப்புக்குக் காரணமான தசை இயக்கத்தை சரிப்படுத்தி இதயத்துடிப்பைச் சீராக்கும் மருந்து ஒன்று அந்தத் தாவர இலைகளில் உள்ளது என்று பொதுவாக கண்டுபிடித்தார்.

ஓமுரா

ஆனால் அதிலுள்ள மருந்து எது என்பது கி.பி. 1800 இடைப்பட்ட காலம் வரை எவருக்கும் தெரியவில்லை. இரண்டு ஃபிரான்ஸ் நாட்டு விஞ்ஞானிகள் ஹோமல் ஓவென்னே, தியோடார் ஓவென்னே என்பவர்கள் அதில் 'டிஜிடாலின்' எனும்

மருந்து உள்ளதைக் கண்டுபிடித்தனர். 1875ல் ஆஸ்கார் மெய்ட்பெர்க் (Oscar Schmiedeberg) அதிலிருந்து 'டிஜிடாக்சின்' எனும் மருந்தைப் பிரித்தெடுத்தார். 1930ல் இங்கிலாந்து வேதியியலாளர் சிட்னி ஷ்மித் டிஜாக்சின் என்ற மருந்தும் அதில் இருப்பதைக் கண்டறிந்தார்.

1890ல் அமெரிக்க மருத்துவர் குஷ்னே மற்றும் ஸ்காட்லாந்து மருத்துவர் சர் ஜேம்ஸ் மெக்கன்ஷி என்ற இருவரும் இந்த மருந்துகளை மிகவும் துல்லியமாக ஆராய்ச்சி செய்தனர். இதயத் தசைகளுக்குள்ள அழுத்தும் விசையை அதிகப்படுத்தும் தன்மை இந்த மருந்துகளுக்கு இருப்பதால் இதயச் செயலிழப்பு நோய் உள்ளவர்களுக்கும் இவற்றைத் தரலாம் என உறுதி செய்தனர்.

மருத்துவத் தொழில்நுட்பம் எவ்வளவோ முன்னேறிவிட்ட இன்றைய காலகட்டத்திலும் இதயத்துடிப்புக் கோளாறுகளுக்கும் இதயச் செயலிழப்பு நோய் உள்ளவர்களுக்கும் டிஜிட்டாலிஸ் வகை மருந்துதான் அடிப்படையாக இருக்கிறது.

22

பிறவிக்கோளாறைத் தடுக்கும் மருந்து!

ஃபோலிக் அமிலம்.

இப்படி ஒரு வைட்டமினைக் கேள்விப்பட்டிருக்கிறீர்களா?

வைட்டமின் வரிசையில் இது ஒன்பதாவது. இது தண்ணீரில் கரையக் கூடிய வைட்டமின் என்பதால், உடலில் அவ்வளவாகத் தங்குவதில்லை. இந்த வைட்டமின் உள்ள உணவை, மாத்திரையை அல்லது மருந்தைச் சாப்பிட்ட எட்டு மணி நேரத்தில் சிறுநீரில் வெளியேறிவிடும். எனவே, உடலின் தேவைக்கு இந்த வைட்டமின் உள்ள உணவுகளை நாம் தினமும் சாப்பிட வேண்டியது அவசியம்.

அரிசி, கம்பு, முழுக்கோதுமை, மக்காச்சோளம், ஓட்ஸ், முளைகட்டிய பயறுகள், கடலைப்பருப்பு, துவரம்பருப்பு, உளுந்தம்பருப்பு, சோயா, நிலக்கடலை, கொண்டைக்கடலை, காராமணி, பச்சைப் பட்டாணி, முந்திரிப்பருப்பு, பாதாம் பருப்பு, எள், பச்சைநிறக் காய்கறி ஆகியவற்றில் இது மிகுந்துள்ளது. 'உலர் ஈஸ்ட்' இந்த வைட்டமினை நிறையப் பெற்றுள்ளது. பசலைக்கீரை, அவரைக்காய், தக்காளி, வாழைப்பழம், ஸ்ட்ராபெரி, புரோக்கோலி, பீட்ரூட், காளான், காலிஃபிளவர், முட்டைக்கோஸ், வெண்டைக்காய், கொத்தவரங்காய், ஆட்டிறைச்சி, முட்டை, மீன் ஆகியவற்றிலும் இது அதிகம்.

உடலில் மூளை, தண்டுவடம், நரம்பு மண்டலம், தசைகள் போன்றவை வயதுக்கு ஏற்ப வளர்ச்சி பெறுவதற்கு இந்த வைட்டமின் உதவுகிறது. இது எல்லா வயதினருக்கும் தேவைப்படுகிற வைட்டமின்தான் என்றாலும், கர்ப்பிணிகளுக்குக் கட்டாயம் தேவைப்படுகிறது. பொதுவாக, கர்ப்பிணிக்கு முதல் மூன்று

மாதங்களில் சிசுவின் உடல் பகுதிகள் வளரத் தொடங்கிவிடும். அக்காலகட்டத்தில் குழந்தையின் உடல் வளர்ச்சி சரியாக அமைவதற்கு இது பெரிதும் உதவுகிறது.

எலும்பு மஜ்ஜையில் ரத்தச் சிவப்பணுக்கள் உற்பத்தியாவதற்கு இந்த வைட்டமின் மிகவும் அவசியம். சிவப்பணுக்களில் ஹீமோகுளோபினை நிலைநிறுத்த இது உதவுகிறது. இதன் மூலம் ரத்தசோகை வருவதைத் தடுக்கிறது. பியூரின், பிரமிடின், நியூக்ளியோ புரதம் போன்றவற்றின் உற்பத்திப் பெருக்கத்திலும் இது பங்கு கொள்கிறது. டைரோசின், குளுட்டமிக் அமிலம், பினைல் அலனின் ஆகிய அமினோ அமிலங்களின் உற்பத்திக்கு இது தேவை. இதன் மூலம் உடலில் புரதச்சத்து உற்பத்திக்கும் இது உதவுகிறது.

உடலில் இந்த வைட்டமின் பற்றாக்குறை ஏற்படுமானால் வயதுக்கு ஏற்ப உடல் எடை இருக்காது. நரம்புகள் வளர்ச்சியும் தடைபட்டு நரம்புத் தளர்ச்சி வரும். எலும்பு மஜ்ஜையில் சிவப்பணுக்கள் உற்பத்தியாவது குறைந்து ரத்தசோகை ஏற்படும். இவ்வகை ரத்தசோகையில் சிவப்பணுக்களின் அளவு பெரிது பெரிதாக இருக்கும் என்பதால், இதற்கு 'மேக்ரோசைட்டிக் அனீமியா' (Macrocytic anaemia) என்று தனிப்பெயரே உண்டு.

கர்ப்பிணிகளுக்கு இந்த வைட்டமின் பற்றாக்குறை ஏற்படுமானால், அவர்களுக்கு இயல்பாக ஏற்படுகிற கர்ப்ப கால வாந்தி, மயக்கம், தலைச்சுற்றல் போன்ற தொல்லைகள் வழக்கத்தைவிட அதிகரிக்கும். கருவில் வளரும் குழந்தைக்குப் பிறவியிலேயே ஊனம் ஏற்படும். குறிப்பாக, உதடு, அண்ணம் ஆகியவற்றில் பிளவு ஏற்படும் (Cleft lip and cleft palate). அடுத்து, வளர்ச்சி குறைந்த கை, கால்களுடன் குழந்தை பிறப்பதற்கும், முதுகுத்தண்டின் அடிப்பாகத்தில் முதுகெலும்பு பிளவுபடுவதற்கும் (Spina bifida) இந்த வைட்டமின் அளவு குறைவாக இருப்பதும் ஒரு காரணம். அதேவேளையில் கர்ப்ப காலத்தில் ஃபோலிக் அமிலம் உள்ள உணவுச்சத்துகளை அல்லது மாத்திரை, மருந்துகளை சரியான அளவில் சாப்பிட்டுவந்த கர்ப்பிணிகளுக்குச் சுகப்பிரசவம் ஆகிறது என்பதும், அவர்களுக்குப் பிறந்த குழந்தைகளுக்கு இந்த மாதிரியான பிறவி ஊனங்கள் ஏற்படவில்லை என்பதும் பல ஆராய்ச்சிகளில் உறுதிசெய்யப்பட்டன. இதனால்தான் கர்ப்பிணிகள் இரும்புச்சத்து மாத்திரையையும் ஃபோலிக் அமிலம் மாத்திரையையும் அவசியம் சாப்பிட வேண்டும் என்று மருத்துவர்கள் வலியுறுத்துகிறார்கள்.

கர்ப்பிணிகளுக்கு வரப்பிரசாதம்போல் அமைந்திருக்கும் இந்த ஃபோலிக் அமிலம் மருந்தைக் கண்டறிய இந்தியாதான் களம்

டாக்டர் லூசி வில்ஸ்

அமைத்துக் கொடுத்தது என்பதில் நாம் பெருமை கொள்ளலாம். எப்படி?

இருபதாம் நூற்றாண்டின் துவக்கத்தில், உலக அளவில், பெண்களுக்குக் கர்ப்ப காலத்தில் மட்டும் ஒரு வகை பிரத்யேகமான ரத்தசோகை வந்து, பெரிய அளவில் பாதித்துக் கொண்டிருந்தது. இந்தியாவையும் இது விட்டுவைக்கவில்லை. 1920களில் அப்போதைய பம்பாயில் துணி தயாரிப்புத் தொழிலில் ஈடுபட்ட ஏழை கர்ப்பிணிகள் காரணம் தெரியாத சோகையிலும் அதனால் ஏற்பட்ட வயிற்றுப்போக்கிலும் ஆயிரக்கணக்கில் மரணம் அடைந்து கொண்டிருந்தனர். இது குறித்து ஆராய்ச்சி செய்ய 1928ல் டாட்டா அறக்கட்டளையின் அழைப்பின் பேரில் டாக்டர் லூசி வில்ஸ் (Dr. Lucy Wills) என்ற இங்கிலாந்து பெண் மருத்துவர் இந்தியா வந்தார்.

அவரது ஆராய்ச்சியின் முடிவில், இங்குள்ள ஏழைப் பெண்களுக்கு 'மேக்ரோசைட்டிக்' ரத்தசோகை உள்ளது என்றும் இது ஒருவித ஊட்டச்சத்து குறைவதால் ஏற்படுகிறது என்றும் கண்டறிந்தார். அதற்கு 'வில்ஸ் ஃபேக்டர்' என்று பெயரிடப்பட்டது. ஆனால் அது எந்த ஊட்டச்சத்து என்பது தெளிவாகத் தெரியவில்லை. எனவே அவர் எலிகளை வைத்துத் தன் ஆராய்ச்சியைத் தொடர்ந்தார். சோகை ஏற்பட்ட எலிகளுக்கு ஈஸ்ட் உணவைக் கொடுத்தபோது சோகை சரியானது. ஆகவே, ஈஸ்டில் அந்த ஊட்டச்சத்து உள்ளது என்று 1930ஆம் ஆண்டில் உறுதி செய்தார். இவருடைய பரிந்துரையின் பேரில் இந்தியா உள்ளிட்ட பல உலக நாடுகளில் கர்ப்பிணிகளுக்கு ஈஸ்ட் உணவு தரப்படுவது பின்பற்றப் பட்டது. இவர்களுக்கு சோகை நோய் வரவில்லை என்பதில் உலகமே மகிழ்ந்தது.

இவரைத் தொடர்ந்து ஆராய்ச்சி செய்த 'மிச்செல்' (Mitchell) என்பவர் 1941ல் பசலைக் கீரையிலிருந்து இந்த ஊட்டச் சத்தைப் பிரித்தெடுத்துச் சாதனை புரிந்தார். இதற்கு 'ஃபோலிக் அமிலம்' என்று பெயரிட்டார். லத்தீன் மொழியில் 'ஃபோலியம்' (Folium) என்றால் தாவர இலை

என்று பொருள். இந்த வைட்டமின் பச்சை நிறக் காய்களில் அதிகமாக உள்ள காரணத்தால் இந்தப் பெயரைப் பெற்றது. 1945ல் ஆங்கையர் (Angier) என்பவர் இதை செயற்கைமுறையில் தயாரிக்கவும் வழிவகுத்தார். இந்த மருந்துதான் இன்றைக்கும் உலகில் லட்சக் கணக்கான கர்ப்பிணிகளுக்குப் பிறக்கும் குழந்தைகளுக்குப் பிறவி ஊனம் ஏற்படாமல் தடுத்துக்கொண்டிருக்கிறது.

23

கருப்பைவாய்ப் புற்றுநோயை விரட்டும் மருந்து!

இந்தியாவில், பெண்களிடம் காணப்படும் புற்றுநோய்களில் முக்கிய இடத்தைப் பெற்றுள்ளது, கருப்பை வாய்ப் புற்றுநோய் (Uterine Cervical Cancer). ஒரு பேரிக்காய் அளவில் இருக்கின்ற கருப்பையின் கீழ்ப்பகுதியில், பிறப்புறுப்பு இணைகிற இடத்தில் 'செர்விக்ஸ்' என்று அழைக்கப்படுகிற கருப்பை வாய் உள்ளது. 'ஹியூமன் பாப்பிலோமா வைரஸ்' (Human Papilloma Virus - சுருக்கமாக HPV) என்கிற கிருமி இந்த இடத்தைத் தாக்கும்போது புற்றுநோய் வருகிறது.

இந்த வைரஸ் கிருமி பாலுறவு மூலமே பரவுகிறது. பொதுவாக இது ஒருவரைத் தாக்கும்போது, அவரது உடலில் நோய் எதிர்ப்பு சக்தி சரியாக இருந்தால், புற்றுநோய் வருவதில்லை. எதிர்ப்பு சக்தி குறைந்தவர்களுக்கு இந்தக் கிருமி கருப்பை வாயை ஆக்கிரமித்து, சிறிது சிறிதாக அங்குள்ள செல்களைத் தாக்கிப் புற்றுநோயை உண்டாக்குகிறது. சில பெண்களுக்கு இந்தக் கிருமி சில காலத்துக்கு உடலுக்குள்ளேயே அமைதியாக காத்திருந்து, உடலில் நோய் எதிர்ப்பு சக்தி குறையும்போது, வீரியம் பெற்று தாக்குதல் நடத்துகிறது. அப்போது அவர்களுக்குப் புற்றுநோய் வருகிறது.

இது எல்லா பெண்களுக்குமே ஏற்படுவதில்லை. திருமணத்துக்கு முன்பே (15 வயது முதல் அல்லது அதற்குக் கீழே) பாலுறவில் ஈடுபடும் பெண்கள், ஒன்றுக்கு மேற்பட்ட நபர்களுடன் பாலுறவு வைத்துக்கொள்ளும் பெண்கள், கொனோரியா, எய்ட்ஸ் போன்ற பால்வினை நோய்கள் உள்ள பெண்கள் ஆகியோரைத்தான் அதிகம் பாதிக்கும்.

இந்த நோய் பாதித்த பெண்களுக்கு அடிவயிறு கனமாக இருக்கும். வலியுடன் கூடிய மாதவிலக்கு ஏற்படுவதும், கட்டி கட்டியாக ரத்தப்போக்கு உண்டாவதும் இந்த நோய்க்கே உரித்தான அறிகுறிகள். சிலருக்கு அசாதாரணமான வயிற்றுவலி அடிக்கடி வரும். பாலுறவின்போது அதிக வலி ஏற்படுவதும், ரத்தக்கசிவு உண்டாவதும், இரண்டு மாதவிலக்குகளுக்கு இடையில் திடீரென ரத்தப்போக்கு உண்டாவதும் இந்த நோயை அடையாளம் காட்டும் அறிகுறிகளே. துர்நாற்றத்துடன் கூடிய வெள்ளைப்படுதல், இந்த நோய் முற்றியுள்ளதைத் தெரிவிக்கின்ற முக்கிய அறிகுறி. மாதவிலக்கு நின்ற பிறகு திடீரென்று ரத்தப்போக்கு ஏற்படுமானால் இந்த வகைப் புற்றுநோய் இருக்க அதிக வாய்ப்புள்ளது. பசியின்மை, உடல் எடை குறைதல் போன்ற துணை அறிகுறிகளும் காணப்படும்.

திருமணமான எல்லாப் பெண்களும் 'பாப் ஸ்மியர்' (Pap smear) பரிசோதனையைக் கட்டாயம் செய்துகொள்ள வேண்டும். 21 வயதுக்கு மேற்பட்ட பெண்கள் இரண்டு ஆண்டு இடைவெளியில் இந்தப் பரிசோதனையைச் செய்துகொள்வது நல்லது. 65 வயது வரை இந்தப் பரிசோதனையை மேற்கொள்ள முடியும். மாதவிலக்கு முடிந்து 7 முதல் 14 நாட்களுக்குள் இந்தச் சோதனையைச் செய்துகொள்ளலாம். இது கருப்பை வாய்ப் புற்றுநோயை ஆரம்ப நிலையிலேயே கண்டறிந்துவிடும். இதன் மூலம் உயிரிழப்பைத் தடுக்க முடியும்.

இந்தப் புற்றுநோய் வராமலே தடுக்க 'குவாட்ரி வேலன்ட் தடுப்பூசி' (Quadrivalent Vaccine), 'பை வேலன்ட் தடுப்பூசி' (Bivalent Vaccine) என இரண்டு வகைத் தடுப்பூசிகள் உள்ளன. உலகச் சுகாதார நிறுவனத்தின் பரிந்துரைப்படி 10 வயது முடிந்த சிறுமிகளுக்கு இந்தத் தடுப்பூசிகளில் ஒன்று போடப்பட வேண்டும். திருமணத்துக்கு முன்பே - அதாவது பாலுறவில் ஈடுபடுவதற்கு முன்பே - இந்தத் தடுப்பூசிகளில் ஒன்றைப் பெண்கள் போட்டுக் கொண்டால், இந்தப் புற்றுநோயிலிருந்து பாதுகாப்பு கிடைக்கும்.

இவற்றில் 'குவாட்ரி வேலன்ட் தடுப்பூசி'யைக் கண்டுபிடித்தவர் ஆஸ்திரேலியா நாட்டைச் சேர்ந்த விஞ்ஞானி இயன் ஃபிரேசர் (Ian Frazer). இவர் குவின்ஸ்லாந்து பல்கலைக்கழகத்தின் பேராசிரியர். பொதுவாக ஒரு கிருமியைக் கொன்று அல்லது அதை வீரியமிழக்கச் செய்து, மிகச்சிறிய அளவில் உடலுக்குள் செலுத்துவார்கள். அப்போது அந்தக் கிருமிக்கு உடலில் எதிர் அணுக்கள் உற்பத்தியாகி, அந்தக் கிருமி ஏற்படுத்தும் நோய்க்குத் தடுப்பு சக்தி கிடைத்துவிடும். இதுதான் தடுப்பூசி வேலை செய்வதற்கான அடிப்படை விஷயம். ஆனால், ஃபிரேசர் ஹெச்பிவி கிருமியின் வெளிச்சுவரில் காணப்படும்

இயன் ஃபிரேசர்

ஒரு புரதப்பொருளைப்போலவே ஒரு புரதத்தைச் செயற்கையாகத் தயாரித்து, அதைத் தடுப்பூசி மருந்தாகச் செலுத்தினார். இதற்கும் உடலில் எதிர் அணுக்கள் உற்பத்தியாவதைக் கண்டறிந்தார். இவர்கள் உடலில் ஹெச்பிவி கிருமிகள் நுழைந்தாலும் புற்றுநோய் ஏற்படாது என்பதை நிரூபித்தார். தடுப்பூசி தயாரிப்பில் இது ஒரு புதுமை. 1991ல் இவர் தயாரித்த இத்தடுப்பூசி இன்றைக்கு கோடிக்கணக்கான பெண்களுக்குக் கருப்பை வாய்ப் புற்றுநோய் வராமல் தடுத்துக்கொண்டிருக்கிறது.

கருப்பை வாய்ப் புற்றுநோய்க்கான தடுப்பூசி கண்டுபிடிப்பில் அடுத்த முன்னேற்றம் 2010ல் நிகழ்ந்தது. லண்டனில் இயங்கும் கிளாக்ஸோஸ்மித்கிளின் நிறுவனம் இதே மாதிரியான வைரஸ் புரதப் பொருளைப் பயன்படுத்தி ‘டிஎன்ஏ மறுசேர்க்கை’ எனும் தொழில்நுட்பத்தில் (Recombinant DNA technology) வேறொரு தடுப்பூசி மருந்தை தயாரித்தது. இதற்கு ‘பை வேலன்ட் தடுப்பூசி’ என்று பெயர். இத்தடுப்பூசியை இப்போது ஆண்களும் போட்டுக் கொள்ளலாம் என்று உலகச் சுகாதார நிறுவனம் பரிந்துரை செய்துள்ளது. இதைப் போட்டுக்கொள்ளும் ஆண்களுக்கு பிறப்புறுப்பில் மரு தோன்றுவது தடுக்கப்படுகிறது. வாய், தொண்டை, ஆசனவாய் போன்ற இடங்களில் ஹெச்.பி.வி. கிருமிகளால் ஏற்படும் புற்றுநோய் வராது என்பதும் உறுதி செய்யப்பட்டுள்ளது.

தடுப்பூசியைப் போட்டுக்கொள்ளும் முறை

பெண்கள் 10 வயது முடிந்ததும் முதல் தவணைத் தடுப்பூசியைப் போட்டுக்கொள்ள வேண்டும். ‘குவாட்ரி வேலன்ட் தடுப்பூசி’யைப் போடுவதாக இருந்தால் முதல் ஊசிக்குப் பிறகு, இரண்டு மாதங்கள் கழித்து இரண்டாவது தவணை, ஆறு மாதங்கள் கழித்து மூன்றாவது தவணையைப் போட்டுக்கொள்ளவேண்டும். ‘பை வேலன்ட் தடுப்பூசி’யைப் போடுவதாக இருந்தால், முதல் ஊசிக்குப் பிறகு, ஒரு மாதம் கழித்து இரண்டாவது தவணை, ஆறு மாதங்கள் கழித்து மூன்றாவது தவணையைப் போட்டுக் கொள்ள வேண்டும்.

24

இதயவலியைப் போக்கும் இதமான மருந்து!

இதயவலிக்குத் தரப்படும் ஒரு மருந்துக்கும் 'டைனமைட்' எனப்படும் வெடிப்பொருளுக்கும் மிக நெருங்கிய தொடர்பு இருக்கிறது என்று சொன்னால் நம்புவீர்களா? நம்பித்தான் ஆகவேண்டும். டைனமைட்டை வெடிக்கச் செய்து பழைய கட்டடங்களைத் தகர்ப்பார்கள்; சுரங்கம் வெட்டுவார்கள்; ஆழ்கிணறு தோண்டுவார்கள். இவற்றையெல்லாம் கேள்விப்பட்டிருப்பீர்கள். இந்த வெடிப்பொருளில் நைட்ரோ கிளிசரின் எனும் வேதிப்பொருள் உள்ளது. இதைத் தூண்டும்போது டைனமைட்வெடிக்கிறது.

இதே நைட்ரோ கிளிசரினை இதயவலி வந்த நோயாளிக்குக் கொடுத்து வலியைப் போக்குகிறார்கள் மருத்துவர்கள். ஒரு வெடிப்பொருள் மருந்து எப்படி இதயவலியைப் போக்குகிறது? இந்த ரகசியத்தைத் தெரிந்துகொள்ள வேண்டுமானால் இதயவலிகள் பற்றிய அறிவியல் அரிச்சுவடியைக் கொஞ்சம் தெரிந்துகொள்ளவேண்டும்.

உடல் முழுவதும் ரத்தத்தைப் பாய்ச்சும் அதிமுக்கிய வேலையைச் செய்வது, இதயம். அந்த இதயம் இயங்கவும் ரத்தம் தேவைதானே! அந்த ரத்தத்தை வழங்குவது கரோனரி ரத்தக்குழாய்கள். முதுமை, புகைபிடிக்கும் பழக்கம், உயர் ரத்த அழுத்தம், நீரிழிவு போன்ற காரணங்களால் இவை உள் அளவில் சுருங்கிவிடலாம். அல்லது இவற்றில் கொழுப்பு படிவதாலோ, ரத்தம் உறைந்து போவதாலோ அடைப்பு ஏற்படலாம். இதனால், ரத்த ஓட்டம் குறைந்து இதயத் தசைகளுக்குத் தேவையான ஆக்ஸிஜன் மற்றும் உணவுச்சத்துகள் கிடைப்பது தடைபடலாம். அப்போது இதயம் துடிப்பதற்குச் சிரமப்படும். இதன் விளைவாக ஏற்படும் நோய்களுக்கு 'இதயத்

ஆல்ஃபிரட் நோபல்

தமனிக்குழாய் நோய்கள்' (Coronary Artery Diseases - CAD) என்று பெயர்.

இதில் மூன்று வகை உண்டு. இதயத் தசைகளுக்கு ரத்தம் கிடைப்பது குறையத் தொடங்கி விட்டாலே பிரச்னை ஆரம்பித்துவிடும். இதயம் நமக்கு அதைக் காட்டிக்கொடுத்து விடும். உதாரணமாக, மாடிப் படிகளில் ஏறும்போது, வேகமாக நடக்கும்போது, ஓடும்போது, கடுமையாக உடற்பயிற்சி செய்யும் போது இதயத்தின் வேலைப்பளு அதிகரிக்கும். அப்போது இதயத் தமனிக்குழாய் சுருங்கியிருந்தால் அல்லது கொஞ்சமாக அடைத்திருந்தால் இதயத்துக்கு ரத்தமும் ஆக்ஸிஜனும் தேவையான அளவுக்குக் கிடைப்பதில்லை. இதயம் சிரமப்பட்டு துடிக்கும். இதன் விளைவால், நடுநெஞ்சில் பாரம் வைத்து அழுத்துவதுபோல் வலிக்கும். லேசாக வியர்க்கும். மாடிப்படிகளில் ஏறுவதை அல்லது நடப்பதை நிறுத்திவிட்டு ஓய்வெடுத்துக்கொண்டால், நெஞ்சுவலி குறைந்துவிடும். இதற்கு 'இதய வலி' (Angina pectoris) என்று பெயர். இதை மாரடைப்பின் முன்கட்டம் என்று சொல்லலாம்.

சிலருக்கு திடீரென்று நெஞ்சு முழுவதும் கயிறு கட்டி அழுத்துவது போல் கடுமையாக வலிக்கும். இந்த வலி கழுத்து, தாடை, இடதுபுஜம், இடது கைவிரல்களுக்குப் பரவும். உடல் அதிகமாக வியர்த்துக் கொட்டும். உடல் 'ஜில்'லென்று ஆகிவிடும். ஓய்வெடுத்தாலும் நெஞ்சுவலி குறையாது. நேரம் ஆக ஆக வலி கூடிக்கொண்டே போகும். மயக்கம் வரும். மரணத்தின் அறிகுறிகள் எட்டிப் பார்க்கும். இதுதான் உண்மையான மாரடைப்பு (Myocardial infarction). இந்த மாதிரி பாதிக்கப்பட்டவரை எவ்வளவு விரைவில் சிகிச்சைக்குக் கொண்டு செல்கிறோமோ அந்த அளவுக்கு மரணத்தின் பிடியிலிருந்து காப்பாற்றிவிடலாம்.

இன்னும் சிலருக்கு நெஞ்சுவலி வந்ததுமே மரணமும் நேரலாம். சிகிச்சை பெறுவதற்கு நேரம் தராது; அதிர்ஷ்டவசமாக மருத்துவமனையில் இருக்கும்போது ஒருவருக்கு இந்த நெஞ்சுவலி ஏற்படுமானால், உயிர் பிழைக்க வாய்ப்புண்டு. இல்லாவிட்டால், மரணத்தின் பிடியிலிருந்து தப்புவது கடினம். இதுவும் ஒருவகை மாரடைப்புதான். 'இதய அதிர்ச்சி' (Cardiogenic shock) எனும் உடனடி மாரடைப்பு.

மூன்றுவித நெஞ்சுவலிகளில் 'இதயவலி'க்குத் தரப்படுவதுதான் நைட்ரோ கிளிசரின் மருந்து. இதை யார், எப்படிக் கண்டுபிடித்தார்கள்?

வில்லியம் முரெல்

1846ல் அஸ்கானியோ சோப்ரீரோ என்ற இத்தாலிய வேதியியலாளர் தான் முதன்முதலில் நைட்ரோ கிளிசரினைக் கண்டுபிடித்தார். அப்போது அது ஒரு திரவ வெடிப் பொருள். ஆனால் எப்படி அதைப் பாதுகாப்பாகப் பயன்படுத்துவது என்று அவருக்குத் தெரியாத காரணத்தால், அவ்வளவாக அது பிரபலமாகவில்லை. பிறகு 1867ல் ஆல்ஃபிரட் நோபல் என்ற சுவீடன் வேதியியலாளர் நைட்ரோ கிளிசரின் மருந்துடன் பாசி மண், விறகுக் கரி போன்ற பொருள்களையும் கலந்து 'டைனமைட்' என்ற பெயரில் வெடிப்பொருளைத் தயாரித்தார். அதன் பிறகுதான் அதைப் பாதுகாப்பான வெடிமருந்தாகப் பயன்படுத்துவது சாத்தியமானது.

1878ல் வில்லியம் முரெல் எனும் இங்கிலாந்து மருத்துவர் நைட்ரோ கிளிசரினில் 'நைட்ரைட்' எனும் அடிப்படை மூலக்கூறு இருப்பதைத் தெரிந்துவைத்திருந்தார். அதேநேரம் 'அமைல் நைட்ரைட்' எனும் வேதிப்பொருளைச் சாப்பிட்டவர்களுக்கு நெஞ்சுவலி குறைகிறது என்று தன் அனுபவத்தில் கற்றிருந்தார். எனவே, இரண்டு அறிவியல் விஷயங்களை அடிப்படையாக வைத்துக்கொண்டு நைட்ரோ கிளிசரினுக்கும் இந்த மாதிரியான மருத்துவ குணம் இருக்கலாம் எனக் கருதி அதன் மீது ஆராய்ச்சி மேற்கொண்டார். இறுதியில் நைட்ரைட் உள்ள வேதிப்பொருள் எதுவானாலும் அது ரத்தக் குழாயை விரிவடையச் செய்யும் என்று கண்டுபிடித்தார்.

'இதயவலி வருவதற்கு இதயத் தமனிக் குழாய் சுருங்கி விடுவதுதான் முக்கியக் காரணம்.இதை விரிக்கச் செய்தால் இதயவலி வராது. இப்படி ரத்தக்குழாயை விரிக்கச் செய்வதற்கு நைட்ரோ கிளிசரின் உதவும்' என்ற முடிவுக்கு வந்தார்.

தன்னிடம் சிகிச்சைக்கு வந்த இதயவலி நோயாளிகளுக்கு நைட்ரோ கிளிசரின் மருந்தை மிகக் குறைந்த அளவில் கொடுக்கத் தொடங்கினார். அப்படிக் கொடுத்தவர்களுக்கு இதயவலி உடனே நின்றுபோனது. அதை 'லேன்செட்' எனும் பிரபல மருத்துவ இதழில்

கட்டுரையாக எழுதி உலகம் முழுவதும் தெரியப்படுத்தினார். இவரது கண்டுபிடிப்பை மற்ற மருத்துவர்களும் ஒப்புக்கொண்டனர்.

இவருக்குப் பிறகு வந்த ஆராய்ச்சியாளர்கள் இதன் வேதிக் கட்டமைப்பை சிறிதளவு மாற்றி மாத்திரையாகத் தயாரித்தனர். இதய நோயாளிகள் நெஞ்சுவலி வந்தவுடன் இதை நாக்கின் அடியில் வைத்துக் கொண்டால், அடுத்த இரண்டு நிமிடங்களில் நெஞ்சுவலி குறைந்துவிடும். இப்போது இது களிம்பு, ஸ்பிரே மற்றும் நெஞ்சில் ஒட்டிக்கொள்ளப்படும் பட்டையாகவும் கிடைக்கிறது. இதயவலி நோயாளிகளுக்கு இதம் தரும் மருந்து இது என்றால் மிகையில்லை.

25

எய்ட்ஸ் நோய்க்கு விலங்கு பூட்டும் மருந்து!

டிசம்பர் 1. சர்வதேச எய்ட்ஸ் நோய் விழிப்புணர்வு தினம்.

கடந்த ஐந்து ஆண்டுகளாக 'எய்ட்ஸ் இல்லா உலகைப் படைப்போம்' எனும் உலக சுகாதார நிறுவனத்தின் குறிக்கோளின்படி உலகமெங்கும் உள்ள மருத்துவத்துறைப் பணியாளர்களோடு தன்னார்வத் தொண்டு நிறுவனங்களும் இணைந்து செயல்படுவதால் எய்ட்ஸ் நோய் பரவுவது ஆண்டுதோறும் குறைந்து வருகிறது. என்றாலும் ஏற்கெனவே இந்த நோயால் பாதிக்கப்பட்டு உயிர்வாழ்வதற்கும் அதற்குத் தேவையான வாழ்வாதாரத்துக்கும் போராடி வரும் கோடிக்கணக்கான நோயாளிகளின் வாழ்க்கை மிகவும் சோகமானது.

இந்தச் சூழலில் எய்ட்ஸ் நோயைக் கட்டுப்படுத்த ஜென்வோயா (Genvoya) எனும் பெயரில் யூஎஸ் பார்மசூட்டிகல் ஜெயன்ட் கிளெட் சயின்சஸ் எனும் அமெரிக்க மருந்து நிறுவனம் ஒரு புதிய மருந்தைத் தயாரித்துள்ளது. இதன் மகத்துவத்தை அறியும் முன்பு, எய்ட்ஸ் நோயின் வரலாற்றைக் கொஞ்சம் திரும்பிப் பார்ப்போம்.

இருபதாம் நூற்றாண்டின் உயிர்க்கொல்லியாக அறியப்பட்டது எய்ட்ஸ் (AIDS) நோய். ஹியூமன் இமுனோ டெஃபிசியன்சி வைரஸ் (Human Immuno Deficiency Virus - HIV) எனும் கிருமிகளால் இது ஏற்படுகிறது.

இது 1981ல் அமெரிக்காவில் ஓரினச்சேர்க்கைப் பழக்கமுள்ளவர்களிடம்தான் முதன் முதலில் கண்டுபிடிக்கப்பட்டது. 1982ல் மேற்கு ஜெர்சியில் போதைப் பழக்கமுள்ளவர்களிடமும் இதே நோய் இருப்பது தெரியவந்தது. இவர்கள் உடலில் நோய் எதிர்ப்பு சக்தி

ராபர்ட் கேலோ

மிகவும் குறைந்துபோய், நிமோனியா, புற்றுநோய் உள்ளிட்ட பல நோய்களும் பாதிப்பை உண்டாக்கி, எந்த ஒரு மருந்துக்கும் கட்டுப்படாமல் உயிரிழப்பு வரை இழுத்துச் சென்றது.

இந்த நோய்க்கான காரணமும் தெரியாமல் தடுக்க வழியும் புரியாமல் மருத்துவ உலகம் திணறிக் கொண்டிருந்தபோது 1983ல் ராபர்ட் கேலோ எனும் அமெரிக்க ஆராய்ச்சியாளரும் பிரான்சு நாட்டின் வைரஸ் நிபுணர் லூக் மான்டெக்னிர் என்பவரும் இந்த நோய்க்கான வைரஸ் கிருமியைத் தனித் தனியாகக் கண்டுபிடித்தனர். என்றாலும் சர்வதேச அளவில் அதற்கு 'ஹெச்ஐவி' என்று பொதுவாகவே பெயரிட்டனர். இது நோயாளியின் நோய் காப்புத் திறனை அழித்து நோயை உண்டாக்குகிறது; இதன் காரணமாக எரிந்த வீட்டில் பிடுங்கியது லாபம் என மற்ற நோய்களும் உடலுக்குள் புகுந்து உடல்நலனைக் கெடுத்து மரணத்தை ஏற்படுத்துகிறது என்கிற உண்மைகள் வெளிச்சத்துக்கு வந்தன.

இந்த நோய் இந்தியாவுக்கு வந்தது 1986ல். சென்னையில் 13 வயது விலைமாதுவுக்கு எய்ட்ஸ் நோய் இருப்பதை முதன்முதலில் டாக்டர் சுனிதி சாலமன் கண்டுபிடித்துச் சொன்னார். அதே ஆண்டில் தமிழகத்தில் வேலூரில் 15 பெண்களுக்கு எய்ட்ஸ் இருப்பது உறுதி செய்யப்பட்டது. அதற்குப் பிறகு இந்த நோய் உலக அளவில் பரவியுள்ள ரகசியம் வெளிப்பட்டது. முக்கியமாக விலைமாதர்கள், ஓரினச்சேர்க்கையில் ஈடுபடுபவர்கள், பால்வினை நோயுள்ளவர்கள், பரிசோதிக்கப்படாத ரத்தத்தைத் தானமாகப் பெற்றுக் கொள்கிறவர்கள், போதை ஊசிப் பழக்கம் உள்ளவர்கள், சரியாக தொற்று நீக்கம் செய்யப்படாத ஊசிகளைப் போட்டுக் கொள்கிறவர்கள் என்று பலதரப்பட்ட மக்களிடம் இந்த நோய் இருப்பது கண்டுபிடிக்கப்பட்டது.

எய்ட்ஸ் வந்த நோயாளிக்கு இரவில் காய்ச்சல் வரும். அதிகமாக வியர்க்கும். காய்ச்சல் மூன்று வாரங்களுக்கு மேல் நீடிக்கும். சாதாரணமாக காய்ச்சலுக்குத் தரப்படும் மருந்துகளுக்கு இது கட்டுப்படாது. வாந்தி, வயிற்றுப்போக்கு ஏற்படும். சாப்பிட முடியாது. உடல் எடை குறையும். நாளாக ஆக கழுத்து, அக்குள், தொடையிடுக்குகளில் நெறிகட்டும். காசநோய், நிமோனியா, பூஞ்சை நோய், புற்றுநோய் எனப் பல நோய்கள் வரிசைகட்டி வரும். இதைச்

சரியாக கவனிக்கத் தவறினால் மரணம் நேரும்.

இந்த நோய்க்கு 1985ல் கிளாக்ஸோ ஸ்மித் நிறுவனம் முதன் முதலில் அஜிட்டோதைமிடின் எனும் மருந்தைக் கண்டுபிடித்தது. ஹெச்ஐவி வைரஸ் பெருக்கத்துக்குத் தேவையான ரிவெர்ஸ் டிரான்ஸ்கிரிப்டேஸ் எனும் என்சைமை இது அழித்துவிடுவதால், இதைச் சாப்பிட்ட நோயாளிக்கு எய்ட்ஸ் கிருமிகள் வளர்வது தடுக்கப்பட்டது. என்றாலும், ஏற்கெனவே அவரது உடலில் இருக்கிற நோய் கட்டுப்பட வழியில்லை. இதைத் தொடர்ந்து அதே ஆண்டில் டினோஃபோவிர், 1995ல் சாக்குவினாவிர், 1996ல் இன்டினாவிர் மற்றும் எம்ட்ரிசிடபின், 2008ல் எல்வைட்கிராவிர், 2012ல் கோபிசிஸ்டேட் என்று பல மருந்துகள் கண்டுபிடிக்கப்பட்டன. இவை எல்லாமே ஒரே மாதிரி வேலை செய்யும் மருந்துகள்தான். என்றாலும் ஒரு மருந்தால் இந்தக் கிருமிகளை அழிக்கமுடியவில்லை என்ற காரணத்தால், ஒரே நேரத்தில் பல மருந்துகளைக் கொடுத்து நோயைக் கட்டுப்படுத்த முயற்சித்தனர்.

லூக் மான்டெக்னிர்

இந்த மருந்துகளைத் தனித்தனியாக எடுத்துக்கொள்ளும்போது நோயாளிக்கு அதிகமாக வாந்தி வந்து உணவைச் சாப்பிடமுடியாமல் படுத்தியது. அத்துடன் சிறுநீரகத்தையும் எலும்பையும் பாதித்தன. இந்த மாதிரியான பக்கவிளைவுகளால் இவற்றின் உண்மையான பலனை நோயாளி பெறுவது சிரமமாக இருந்தது; நோய் கட்டுப்படுவதும் அவ்வளவு எளிதாக இல்லை. இந்தத் தடைகளை எல்லாம் போக்க வந்துள்ளது ஜென்வோயா மருந்து. தினமும் ஒரு மாத்திரை சாப்பிட்டால் போதும். எய்ட்ஸ் கட்டுப்படும் என்கிறது இதைத் தயாரித்துள்ள நிறுவனம்.

இதில் புதிய மூலக்கூறு எதுவுமில்லை. ஏற்கெனவே நடைமுறையில் உள்ள டினோஃபோவிர்தான் இதன் முக்கிய மூலக்கூறு. இதனுடன் எம்ட்ரிசிடபின், எல்வைட்கிராவிர், கோபிசிஸ்டேட் எனும் மருந்துகளும் அடக்கம். இந்த நான்கையும் தனித்தனியாகச் சாப்பிடும்போது நோயாளிக்கு ஏற்படுகிற பக்கவிளைவுகள், இந்த ஒரு மாத்திரையை மட்டும் சாப்பிடும்போது குறைந்துவிடுகிறது. இதன் பலனால் எய்ட்ஸ் நோயாளிகள் இந்த மருந்தைத் தொடர்ந்து

சுனிதி சாலமன்

எடுத்துக்கொள்ளமுடியும். அப்போது, நோய் விரைவில் கட்டுப்படும் என்று மருத்துவ உலகம் எதிர்பார்க்கிறது.

இன்றைய தேதியில் இந்தியாவில் மட்டும் 20 லட்சம் பேருக்கு எய்ட்ஸ் நோய் உள்ளதை அரசு உறுதி செய்துள்ளது. இதில் ஒன்றரை லட்சம் பேர் குழந்தைகள். ஆண்டுதோறும் ஒன்றரை லட்சம் பேர் இந்த நோயால் மரணத்தைத் தழுவு கின்றனர். இவர்களுக்கெல்லாம் உயிர்காக்கும் மருந்தாக வந்துள்ளது ஜென்வோயா. வரவேற்போம்!

26

தோலுக்குத் தோள் கொடுக்கும் மருந்து!

3டி படம் பார்த்திருப்பீர்கள் அல்லது கேள்விப்பட்டிருப்பீர்கள். '3டி நோய்' (3D disease) என்று ஒன்று இருப்பதைக் கேள்விப்பட்டிருக்கிறீர்களா? 'பெல்லக்ரா' எனும் நோயின் செல்லப் பெயர்தான் 3டி.

வைட்டமின் - பி3 எனப்படும் நியாசின் நம் உடலில் பற்றாக்குறை ஏற்படும்போது உண்டாகிற முக்கியமான நோய், பெல்லக்ரா. இதன் அதிமுக்கிய அறிகுறிகள் மூன்று. 1. தோல் அழற்சி (Dermatitis). 2. வயிற்றுப்போக்கு (Diarrhoea). 3. மறதி (Dementia). இந்த அறிகுறிகளைக் குறிக்கின்ற ஆங்கில வார்த்தைகளின் முதல் எழுத்து 'D'யாக இருப்பதால் மருத்துவர்கள் இதை '3D நோய்' எனும் சிறப்புப் பெயரில் அழைக்கிறார்கள்.

பெல்லக்ரா நோயில், சூரிய ஒளி நேரடியாகப் படுகிற கழுத்து, முகம் போன்ற உடல் பகுதிகளிலும், உராய்வு அதிகமுள்ள முழங்கை, மணிக்கட்டு, முழங்கால், கணுக்கால், பிட்டம் போன்ற பகுதிகளிலும் தோல் தடித்துச் சிவந்து செதில்களுடன் காணப்படும். முக்கியமாக, கழுத்தைச் சுற்றி கருப்புநிறத்திற்குத் தோல் நிறம் மாறி அதிக எரிச்சலும், அரிப்பும் உண்டாகும். சிவந்த தோலில் சிறு சிறு கொப்புளங்கள் தோன்றி நீர் வடியும். பிறகு, அவை உலர்ந்து, சொரசொரப்பாகி திட்டுத்திட்டாகக் காணப்படும்.

இந்த நோயின் துவக்கத்தில் உணவு விழுங்குவதில் சிரமம் ஏற்படும். செரிமானம் குறையும். குமட்டல், வாந்தி போன்ற அறிகுறிகள் தோன்றும். பின்னர், வயிற்றுப்போக்கு ஆரம்பமாகும். நாக்கிலும், வாயின் ஓரங்களிலும் புண்கள் ஏற்பட்டு வேதனை தரும்.

எல்விஜெம்.

உடலில் நியாசின் பற்றாக்குறை நாள்பட நீடிக்கும்போது மத்திய நரம்பு மண்டலம் பாதிக்கப்படும். இதன் விளைவால், மறதி ஏற்படும். கோபம், எரிச்சல், மன அழுத்தம், அச்ச உணர்வு, உறக்கமின்மை போன்றவையும் தொல்லை தரும்.

மேற்சொன்ன அறிகுறிகள் உள்ளவர்களுக்கு நியாசின் மாத்திரைகளையோ அல்லது இந்த வைட்டமின் மிகுந்த உணவுகளையோ சாப்பிடக் கொடுத்தால், அத்தனை அறிகுறிகளும் சில வாரங்களில் மறைந்துவிடும்.

இந்த வைட்டமினின் அற்புதத்தை 1937ல் கண்டுபிடித்துச் சொன்னவர் அமெரிக்காவைச் சேர்ந்த எல்விஜெம் (Elvehjem) என்ற உயிர் வேதியியலாளர். இருபதாம் நூற்றாண்டின் ஆரம்பத்தில் அமெரிக்காவில் பல்லாயிரக்கணக்கான பேர் புதுவித தோல் அழற்சி நோயால் பாதிக்கப்பட்டு, தகுந்த சிகிச்சை கிடைக்காமல் மரணமடைந்தனர். இந்தக் கொடூரத்தைத் தடுக்க ஒரு வழி கண்டுபிடிக்கவேண்டும் என்ற முனைப்புடன் ஆராய்ச்சியில் இறங்கினார், எல்விஜெம்.

இவருக்கு முன்னால் ஆராய்ச்சியில் ஈடுபட்டிருந்த ஜோசப் கோல்டுபெர்கர் என்பவர் பெல்லக்ராவைப்போலவே நாய்க்கு ஏற்படும் ‘கறுப்பு நாக்கு நோய்’க்கு நிகோடினிக் அமிலம் கொடுத்தால் குணமாகிறது என்று கண்டுபிடித்திருந்தார். அதை அடிப்படையாக வைத்துக்கொண்டு தன்னுடைய ஆராய்ச்சியைத் தொடர்ந்தார் எல்விஜெம். அவரது ஆராய்ச்சிக்கு கார்ல் கோயென் என்பவர் உதவினார். இவர்கள் இருவரும் சேர்ந்து பெல்லக்ரா நோய் வந்த கோழிக் குஞ்சுகளுக்கு ஈரல் திசுவிலிருந்து சாறு பிழிந்து கொடுத்துப் பார்த்தனர். நோய் குணமானது. எனவே, இதை நாய்களுக்குக் கொடுத்துப் பார்க்க விரும்பினர். இதற்கு என்ன வழி என்று யோசித்தபோது மக்காச்சோளத்தை மட்டுமே பிரதான உணவாக உட்கொள்கிறவர்களுக்கு இந்த நோய் வருவது அறிந்து, நாய்களுக்கு மக்காச்சோளத்தை மட்டும் உணவாகக் கொடுத்து சிறிது காலம் காத்திருந்தனர். அவர்கள் எதிர்பார்த்தபடி அவற்றுக்குக் ‘கறுப்பு நாக்கு நோய்’

டாக்டர் டாம் டக்லஸ் ஸ்பைஸ்.

ஏற்பட்டது. உடனே, தாங்கள் தயாரித்து வைத்திருந்த ஈரல் சாற்றை அவற்றுக்கும் கொடுத்தனர். மிகக் குறைந்த நாட்களிலேயே அந்த நாய் களின் நோய் குணமானது. அதைத் தொடர்ந்து ஈரல் சாற்றில் உள்ள மூலக் கூறையும் பிரித்தெடுத்து சாதனை புரிந்தனர்.

கார்ல் கோயென் மற்றும் எல்விஜெம்.

இது 'பெல்லக்ரா' நோயைத் தடுக்கிறது என்பதால், 'வைட்டமின் - PP' (Pellagra Preventing Vitamin) என்றுதான் இவர்கள் இதை அழைத்தனர். இது நியாசின் எனும் வைட்டமின் என்பதைப் பின்னாளில் புரிய வைத்தவர் டாக்டர் டாம் டக்லஸ் ஸ்பைஸ். இவர்தான் பெல்லக்ரா வந்த மனிதர்களுக்கு இந்த வைட்டமின் மருந்தைக் கொடுத்துப் பார்த்து வெற்றி கண்டவர். மெர்க் மருந்து நிறுவனம் இதை மாத்திரையாகத் தயாரித்துக் கொடுத்தது. இன்றைக்கும் தோலில் அழற்சி ஏற்படும் பல கோடி பேருக்குத் 'தோலுக்குத் தோள் கொடுக்கும் தோழனாக' இருக்கிறது.

இந்த இடத்தில் ஒரு சுவாரஸ்யமான வரலாற்றுச் செய்தியைச் சொல்லியாக வேண்டும். ஸ்பெயின் நாட்டில் மக்காச்சோளம் ஒரு முக்கிய உணவாக இருந்து வந்த காலம் அது. அங்கு சுற்றுலா சென்றிருந்த ஐரோப்பியர்கள் மக்காச்சோளத்தைத் தங்கள் நாடுகளுக்குக் கொண்டு சென்றனர். ஆனால், அவர்கள் ஒரு விஷயத்தைக் கவனிக்கத் தவறிவிட்டனர். ஸ்பெயின் நாட்டில் மக்காச்சோளத்தை சுண்ணாம்புத் தண்ணீரில் (கால்சியம் ஹைட்ராஸைடு) ஊறவைத்துச் சமைப்பார்கள். ஐரோப்பியர்கள் அதை பெரிய விஷயமாக எடுத்துக்கொள்ளவில்லை. ஆகவே, அவர்கள் மக்காச்சோளத்தை நேரடியாகச் சமைத்துச் சாப்பிடத் தொடங்கிவிட்டனர்.

சில ஆண்டுகளுக்குப் பிறகு, ஐரோப்பாவில் நியாசின் குறைபாடு ஏற்பட்டு 'பெல்லக்ரா' நோய் பரவி வந்தது. ஆனால், ஸ்பெயின் நாட்டில் மட்டும் அந்த நோய் காணப்படவில்லை. அந்த முரண் பாட்டுக்குக் காரணம் அப்போது ஐரோப்பியர்களுக்குப் புரியவில்லை.

1951ல் 'கார்ப்பெண்டர்' என்பவர்தான் அந்த ரகசியத்தை உடைத்தார். ஸ்பெயின் நாட்டினர் மக்காச்சோளத்தை சுண்ணாம்புத் தண்ணீரில் ஊறவைக்கும்போது, அதில் கிரகிக்க முடியாத நிலையில் உள்ள 'நியாசைட்டின்' எனும் வேதிப்பொருள் எளிதில் கரைந்து 'நியாசினாக'

மாறி உடலுக்குப் பலன் தருகிறது. இதன் காரணமாக, அவர்களுக்குப் 'பெல்லக்ரா' நோய் ஏற்படவில்லை. மாறாக, ஐரோப்பியர்கள் நேரடியாக மக்காச்சோளத்தைச் சமைத்துச் சாப்பிட்டதால், அதிலிருந்து நியாசின் வெளியேற வழியில்லாமல், உடலுக்குள் சேரவில்லை. எனவே, அவர்களுக்கு 'பெல்லக்ரா' நோய் ஏற்பட்டது.

'ஓர் உணவுச் சத்து உடலில் சேர வேண்டுமானால், உணவில் சத்து இருந்தால் மட்டும் போதாது; அதைச் சமைக்கும் முறையும் முக்கியம்' என்கிற அறிவியல் உண்மையை நியாசின் மூலம் ஐரோப்பியர்கள் புரிந்து கொண்டனர்.

27

தூக்கத்துக்குத் துணை செய்யும் மருந்துகள்!

காம்போஸ், வேலியம். கொஞ்சம் படித்தவர்கள் மத்தியில் இந்த வார்த்தைகள் பிரபலம்.

'தூக்கம் வரவில்லையா? ஒரு காம்போஸ்/வேலியம் மாத்திரையைப் போட்டுக்கோ' என்று இலவச ஆலோசனை சொல்வார்கள். 'டயசிபாம்' எனும் வேதிப்பெயர் கொண்ட மன அமைதி மாத்திரையின் வியாபாரப் பெயர்கள்தான் இவை.

ஒரு விபத்துபோல் கண்டுபிடிக்கப்பட்ட மருந்து இது. இதன் கண்டுபிடிப்பில் ஒரு சுவாரஸ்யம் உள்ளது. அதை ரசிப்பதற்கு முன்னால் தூக்கம் பற்றிய அத்தியாவசியக் குறிப்புகளைக் கொஞ்சம் பார்த்துவிடுவோமா?

தூக்கம் என்பது உடலுக்கு ஓய்வு கொடுத்து மீண்டும் மீண்டும் புத்துணர்வோடு செயல்படுவதற்கு மூளையானது தன்னைத்தானே புதுப்பித்துக்கொள்ளும் ஓர் இயற்கை வழி. ஒருவருடைய உடல் உழைப்பு, தூங்கும்விதம், சுற்றுச்சூழல், உடல் நலம் மற்றும் மனநலத்தைப் பொறுத்து தூக்கம் அமைகிறது. பொதுவாக ஒருவருக்கு நாள் ஒன்றுக்கு ஆறிலிருந்து எட்டு மணி நேரம் தூக்கம் அவசியம்,

தூக்கத்தில் 'ரெம்' தூக்கம், 'நான்ரெம்' தூக்கம் என்று இருவகை உண்டு. நாம் தூங்கும்போது இந்த இரண்டும் மாறி மாறி அலைபோல வரும். 'ரெம் தூக்கம்' (REM Sleep - Rapid Eye Movement Sleep) என்பது கண் அசைவுத் தூக்கத்தைக் குறிக்கும். ஒவ்வொரு மணி நேரத்துக்கு

ஒருமுறை வரும். 5லிருந்து 30 நிமிடங்கள்வரை நீடிக்கும். தூக்கத்தில் மூடிய இமைகளுக்குள் விழிகள் உருண்டபடி இருக்கும். கனவுகள் வருகிற தூக்கம் இது. 'நான்ரெம்' தூக்கம் (NREM Sleep - Non Rapid Eye Movement Sleep) என்பது கண் அசையா தூக்கத்தைக் குறிக்கும். இது ஆழ்ந்த தூக்கம் உண்டாகிற நிலை. இதில் கனவுகள் வருவதில்லை. ஆனால் இந்த தூக்கம் வந்து ஒன்றரை மணி நேரம் கழித்து ஒரு சிலருக்கு மட்டும் பேய்க்கனவு வந்து அலறி எழுந்திருப்பார்கள்.

தூக்கம் குறையும்போது உடலின் நலம் பாதிக்கப்படுகிறது. இளம் வயதில் தேவையான அளவுக்குத் தூங்காதவர்களுக்கு நாற்பது வயதிலேயே ஞாபக மறதி வந்துவிடுகிறது. தேவையில்லாமல் கோபம் வருகிறது. எதிர்ப்படுபவர்களிடம் எல்லாம் எரிந்து விழுந்து அவர்களின் தூக்கத்தையும் கெடுத்து விடுகிறார்கள்.

ஒருவருக்குத் தொடர்ந்து தூக்கம் கெடும்போது பசி குறையும். அஜீரணம் தலைகாட்டும். உணவின் அளவு குறையும். உடல் எடை குறையும். பணியில் ஆர்வம் குறையும். பகல் முழுவதிலும் தூக்கக் கலக்கத்தில் இருப்பார்கள். அடுக்குக் கொட்டாவி வரும். சோர்வும் தலைவலியும் நிரந்தரமாகிவிடும். உயர் ரத்த அழுத்தம், நீரிழிவு, மாரடைப்பு போன்ற பிரச்னைகள் ஏற்படுவதற்கும் வாய்ப்புகள் உள்ளன.

இன்றைய அவசர உலகில், ஓய்வில்லாத ஓட்டக்களமாக உள்ள பரபரப்பான வாழ்க்கைமுறையில் தூங்கும் நேரம் ஆறு மணி நேரத்துக்கும் கீழாகக் குறைந்துவிட்டது. பல வீடுகளில் பணியிலிருந்து திரும்பிய பிறகும்கூட செல்போனில் பேசுவது, கணினியில் வேலை செய்வது போன்றவற்றில் நேரம் செலவழிவதால் ஒரு தனிமனிதனின் தூக்க நேரம் சுருங்கிப்போய்விட்டது.

இழப்பு, சோகம், கடன் போன்றவற்றால் ஏற்படுகிற மனக்கவலை, மன அழுத்தம் போன்றவை இரவுத் தூக்கத்தைக் குறைக்கும். முதுமையில் ஏற்படுகிற மூட்டுவலி, ஆஸ்துமா, இதயநோய், சர்க்கரை நோய், சிறுநீரக நோய், நெஞ்செரிச்சல், இரைப்பைப் புண், புராஸ்டேட் வீக்கம், குறட்டை, உடற்பயிற்சியின்மை, தனிமை போன்றவற்றாலும் தூக்கம் கெடும்.

நன்றாகத் தூங்கி எழுவதற்குத் தினமும் தூக்க மாத்திரையைச் சாப்பிடும் பழக்கம் பலருக்கும் இருக்கிறது. உலக அளவில் கோடிக்கணக்கான பேருக்கு இப்படி செயற்கை வழியில்தான் தூக்கம் வருகிறது. இந்தத் தூக்க மாத்திரைகளில் பலவகை உண்டு. அவற்றில் முக்கியமானவை ஓப்பியம், லிப்ரியம், டயசிபாம், லோராசிபாம் ஆகியவை.

பதினெட்டாம் நூற்றாண்டில் கண்டுபிடிக்கப்பட்ட ஓப்பியம் எனும் மருந்து தூக்க மருந்தாகப் பல ஆண்டுகளுக்குப் பயன்படுத்தப் பட்டது. ஆனால் அந்த மருந்துக்குப் போதை தரும் பண்பும் இருந்ததால் அதற்குப் பலரும் அடிமையாகிவிட்டனர். அதைத் தவிர்க்க மாற்று மருந்து தேவைப் பட்டது.

லியோ ஸ்டெர்ன்பச்

அந்தச் சூழலில் 1957ல் நியூஜெர்சியில் ரோச் மருந்து நிறுவனத்தில் பணிபுரிந்த டாக்டர் லியோ ஸ்டெர்ன்பச் என்பவர் மன அமைதிப் படுத்தும் மருந்துகளைக் கண்டுபிடிக்கும் ஆராய்ச்சியில் இறங்கினார். இவர் ஏற்கெனவே நடைமுறையில் இருந்த வேதிமூலக் கூறுகளின் அமைப்பை மாற்றி செயற்கையாக 40க்கும் மேற்பட்ட புதிய வேதிப்பொருள்களைத் தயாரித்தார். ஆனால் அவற்றில் ஒன்றுகூட அவருக்குத் திருப்தி தரவில்லை. ஒன்றே ஒன்றைமட்டும் மீண்டும் பரிசோதித்துப் பார்ப்பதற்காக தனியாக எடுத்து வைத்துவிட்டு மறந்துவிட்டார். பதினெட்டு மாதங்கள் கழித்து அவருடைய பரிசோதனை அறையை சுத்தம் செய்ய வந்தவர், ‘அந்த மருந்தை வெளியில் கொட்டிவிடவா’ எனக் கேட்டபோதுதான் அவருக்கு அப்படி ஒரு மருந்தை ஏற்கெனவே தயாரித்துவைத்திருந்தது நினைவுக்கு வந்தது. அது கெட்டுப் போயிருக்கும், கொட்டிவிடலாம் என்றுதான் முதலில் நினைத்தார். எதற்கும் அதை விலங்குகளிடம் பரிசோதித்துப் பார்த்துவிடலாம் என்று அரைமனதுடன் அடுத்த கட்டப் பரிசோதனைக்கு அனுப்பினார்.

அந்தப் பரிசோதனையின் முடிவு அவருக்கு ஆச்சரியத்தைத் தந்தது. அந்த மருந்து சுண்டெலிகளுக்கு தூக்கத்தைத் தூண்டியது எனவும் ஆக்ரோஷமான பூனைகளை அமைதிப்படுத்தியது எனவும் அவர்கள் தெரிவித்திருந்தனர். உடனே அதை மறுபடியும் பரிசோதித்தார். முதலில் அவர் தயாரித்தபோது இருந்த வேதி அமைப்பு இப்போது மாறியிருந்தது. புதிய மூலக்கூறு அதில் காணப்பட்டது. இது ‘குளோர்டயசிபாக்சைட்’ என்ற வேதிப்பொருளைச் சேர்ந்தது

என்றும், மூளை நரம்பணுக்களில் ‘காபா’ (GABA)எனும் என்சைமைத் தூண்டுவதன் மூலம் இது தூக்கத்தை வரவழைக்கிறது என்ற உண்மையையும் வெளிப்படுத்தினார். 1960ல் இதை ‘லிப்ரியம்’ என்ற வியாபாரப் பெயரில் ரோச் நிறுவனம் மக்களின் பயன்பாட்டுக்குக் கொண்டுவந்தது.

இதைத் தொடர்ந்து இந்த மருந்தின் வேதி அமைப்பையும் மாற்றி டயசிபாம், லோராசிபாம் என 40க்கும் மேற்பட்ட தூக்க மருந்துகளைத் தயாரித்தனர். ஒவ்வொன்றும் ஒவ்வொரு விதத்தில் செயல்பட்டு உலக மக்களின் தூக்கம் வராத கண்களுக்கு நல்ல தூக்கத்தைத் தந்துகொண்டிருக்கின்றன.

28

மண்ணில் கிடைத்த மகத்தான மருந்து!

சுற்றுப்புறம் சீர்கெட்டு சுவாசிக்கப்படும் காற்று மாசடைவதால் ஏற்படும் நோய்களில் காசநோய் முதலிடம் வகிக்கிறது. உலக காசநோயாளிகளில் ஐந்தில் ஒருவர் இந்தியர். இங்கு வருடத்துக்கு 22 லட்சம் பேர் புதிதாக காசநோயால் பாதிக்கப்படுகிறார்கள். 4 லட்சத்துக்கும் அதிகமானோர் இறக்கிறார்கள். ஒரு காசநோயாளி வருடந்தோறும் 10 முதல் 15 பேருக்கு இந்த நோயைப் பரப்புகிறார். தமிழகத்தில் மட்டும் 70 ஆயிரத்துக்கும் மேற்பட்டவர்கள் காசநோயால் பாதிக்கப்பட்டுள்ளதாக அரசு புள்ளிவிவரம் தந்துள்ளது. இந்த நோய் குழந்தைமுதல் முதியோர்வரை யாருக்கு வேண்டுமானாலும் வரலாம். நீரிழிவு மற்றும் எய்ட்ஸ் நோய் உள்ளவர்களுக்கு இது வருகிற வாய்ப்பு மிக அதிகம்.

'மைக்கோபாக்டீரியம் டியூபர்குளோசிஸ்' எனும் பாக்டீரியா கிருமிகள் பாதிப்பதால் காசநோய் ஏற்படுகிறது. வழக்கத்தில், காற்றோட்டம் சரியில்லாத வீடுகளிலும், மக்கள் நெருக்கடி மிகுந்த இடங்களிலும், பஞ்சாலை, நூற்பாலை, சிமெண்ட் ஆலை, பீடித்தொழிலகங்கள், சுரங்கங்கள், ரப்பர் தோட்டம் போன்ற இடங்களில் இந்தக் கிருமிகள் அதிக அளவில் வசிக்கும். அப்போது அங்கு வாழும் மக்களைத் தாக்கி காசநோயை ஏற்படுத்தும்.

புகைபிடிப்பவர்கள், சத்துக்குறைவு உள்ளவர்கள், மது அருந்துபவர்கள், ஏழைகள், நீரிழிவு நோயாளிகள், ஸ்டீராய்டு மருந்துகளை நெடுங்காலம் பயன்படுத்துபவர்கள், நோய்எதிர்ப்புச் சக்தி குறைந்தவர்கள், காசநோய் உள்ளவரோடு நெருங்கிப் பழகுபவர்கள் ஆகியோரை இந்த நோய் அதிகமாகப் பாதிக்கிறது.

காசநோய்க் கிருமிகள் நோயாளியின் நுரையீரலில் வசிக்கும். நோயாளி தும்மினாலோ, இருமினாலோ, மூக்கைச் சிந்தினாலோ, சளியைக் காறித் துப்பினாலோ கிருமிகள் சளியுடன் காற்றில் பரவி மற்றவர்களுக்கு நோயை உண்டாக்கும். நோயாளியின் மூக்கு, வாய் போன்ற பகுதிகளில் இந்தக் கிருமிகள் ஒட்டிக்கொண்டிருக்கும். அந்த இடங்களைத் தொட்டுவிட்டு, அதே கைவிரல்களால் அடுத்தவர்களைத் தொட்டால் கிருமிகள் அவர்களுக்கும் பரவிவிடும். நோயாளி பயன்படுத்திய கைக்குட்டை, உடை, உணவுத்தட்டு, போர்வை, துண்டு, சீப்பு, தலையணை, கழிப்பறைக் கருவிகள் போன்றவற்றை மற்றவர்கள் பயன்படுத்தினால் நோய் எளிதாகப் பரவிவிடும்.

காசநோய்க் கிருமிகள் நுரையீரல், நுரையீரல் உறை, குடல், குரல்வளை, எலும்பு, முதுகுத்தண்டுவடம், சிறுநீரகம், கண், தோல், மூளை, மூளை உறை, விந்துக்குழல், கருப்பை இணைப்புக் குழல் நிணநீர்ச் சுரப்பிகள் என்று பல உறுப்புகளைப் பாதிக்கின்றன. இக்கிருமிகள் உடலில் எந்த உறுப்பைப் பாதிக்கிறதோ அதைப் பொறுத்து அறிகுறிகள் அமையும். பொதுவாக, இந்த நோய் நுரையீரல் களையே அதிக அளவில் பாதிக்கிறது. மூன்று வாரங்களுக்கு மேல் நீடிக்கின்ற இருமல், சளி, சளியில் ரத்தம், மாலை நேரக்காய்ச்சல், பசியின்மை, உடல் எடை குறைவது, களைப்பு, சுவாசிப்பதில் சிரமம் ஆகியவை இதன் பிரதான அறிகுறிகள்.

நவீன மருத்துவத்தின் அதிவேக வளர்ச்சியால் இன்றைக்கு காசநோயைக் குணப்படுத்த பலதரப்பட்ட மருந்துகள் உள்ளன. ஸ்ட்ரெப்டோமைசின் ஊசி மருந்து ரிஃபாம்பிசின், ஐசோநியசிட், எத்தாம்பூட்டால், பைரசினமைடு ஆகியவை முதல்நிலை காசநோயைக் குணப்படுத்து கின்றன.

இவற்றில் ஸ்ட்ரெப்டோமைசின் ஊசி மருந்துதான் முதலில் கண்டுபிடிக்கப்பட்டது. மருத்துவ ஆராய்ச்சியாளர்கள் புதிய மருந்துகளைக் கண்டுபிடிக்க பல வழிகளைப் பயன்படுத்துவார்கள். ஒருவகை பாக்டீரியாவிலிருந்து மற்றொரு பாக்டீரியாவை அழிப்பதற்கான மருந்துகளைக் கண்டுபிடிப்பது ஒரு வழி. அதன்படி 1947ல் ஸ்ட்ரெப்டோமைசிஸ் கிரிசியஸ் எனும் பாக்டீரியாவிலிருந்து ஸ்ட்ரெப்டோமைசின் மருந்து கண்டுபிடிக்கப்பட்டது. ஆரம்பத்தில் இது காசநோயைக் குணப்படுத்தினாலும், நாட்கள் ஆக ஆக இந்த மருந்தையே எதிர்க்கும் ஆற்றல் காசநோய்க் கிருமிகளுக்கு வந்து விட்டபடியால் நோய் குணமாவது தாமதமானது.

எனவே ஒரே சமயத்தில் பல மருந்துகளைக் கொடுத்தால்தான் இது குணமாகும் எனத் தெரிந்து வேறு புதிய மருந்துகளைக் கண்டுபிடிக்க

ஆராய்ச்சியாளர்கள் முயற்சித்தனர். அந்த முயற்சிக்கு வெற்றியும் கிடைத்தது. 1952ல் ஐசோநியசிட் மருந்தும், 1961ல் எத்தாம்பூட்டால் மருந்தும் கண்டுபிடிக்கப்பட்டு, ஸ்ட்ரெப்டோமைசின் ஊசி மருந்தோடு நோயாளிகளுக்குக் கொடுக்கத் தொடங்கினர். இந்தக் கூட்டுமருந்துச் சிகிச்சை நல்ல பலன் தந்தது. ஆனால், நோய் குணமாக ஒன்றரை ஆண்டுகள் ஆயின. அதுவரை நோயாளிகள் தொட ர்ந்து சிகிச்சை பெறத் தயங்கியதால், மீண்டும் இந்த நோயைக் கட்டுப்படுத்துவதில் பின்னடைவு ஏற்பட்டது.

இந்த நேரத்தில் ஆபத்பாந்தவனாக வந்து சேர்ந்தது ரிஃபாம்பிசின் எனும் மருந்து. 1957ல் பிரான்ஸ் நாட்டில் பைன் மரக்காட்டுப்பகுதியில் காணப்பட்ட புதுவித மண்ணைப் பரிசோதிப்பதற்காக இத்தாலியில் மிலன் நகரிலிருந்த லெபெட்டிட் மருந்து நிறுவன ஆராய்ச்சிக் கூடத்திற்கு அனுப்பிவைத்தனர். இந்த நிறுவனத்தின் ஆராய்ச்சியாளர்கள் பயோரா சென்சியும், மரியா தெரசா டிம்பலும் அந்த மண்ணில் ‘ஸ்ட்ரெப்டோமைசிஸ் மெடிட்டெரேனியை’ எனும் புதுவித பாக்டீரியா காணப்படுவதைக் கண்டுபிடித்தனர். அதை மேன்மேலும் ஆராய்ச்சிக்கு உட்படுத்தியபோது, அது வேறு பல பாக்டீரியாக்களை அழிக்கக்கூடிய அளவுக்கு ஆற்றல் உள்ள வேதிப்பொருள்களைச் சுரக்கிறது என்பது தெரியவந்தது. அடுத்த இரண்டு ஆண்டுகளுக்குத் தொடர்ந்து ஆராய்ச்சி செய்து அந்தச் சுரப்பிலிருந்து ரிஃபாம்பிசின் என்ற புது மருந்தைத் தயாரித்தனர். இதை விலங்குகளுக்குக் கொடுத்துப்பார்த்து காசநோய்க் கிருமிகள் வளர்வதற்குத் தேவையான ஆர்என்ஏ பாலிமரேஸ் எனும் என்சைமை இது அழித்துவிடுவதால் நோய் முற்றிலும் குணமாகிறது என்பதையும் உறுதிசெய்தனர். 1962ல் இது மனிதப் பயன்பாட்டுக்கு வந்தது.

இந்த மருந்து கண்டுபிடிக்கப்பட்ட பின்னர்தான் காசநோயை முற்றிலும் கட்டுப்படுத்துவது என்பது உலகில் பல நாடுகளில் சாத்தியமானது. மேலும் இந்த மருந்தை ஐசோநியசிட் மற்றும் எத்தாம்பூட்டால் மருந்தோடு மட்டும் கொடுத்தால் போதும். ஸ்ட்ரெப்டோமைசின் ஊசி தேவையில்லை. அடுத்து ஒரு கூடுதல் நன்மை என்னவென்றால், இதுவரை ஒன்றரை ஆண்டுகளுக்கு சிகிச்சை செய்ய வேண்டும் என்ற நிலைமை மாறிவிட்டது. அதாவது இந்த மூன்று மருந்துகளை நோயாளிக்கு ஆறு மாதங்களுக்குக் கொடுத்தாலே போதும், நோய் குணமாகிவிடும் என்றாகிவிட்டது. எனவே காசநோயை ஒழிக்க மண்ணில் கிடைத்த மகத்தான மருந்தாக இன்றைக்கும் இது செயல்பட்டுவருகிறது. உலகில் கோடிக்கணக்கான காசநோயாளிகளுக்கு உயிர் தரும் மருந்தாகவும் உதவி வருகிறது.

29

வயிற்றுப்போக்கை ஒழிக்கப் பிறந்த மருந்துகள்!

மழைக்காலத்தில் குழந்தைகளின் ஆரோக்கியத்துக்கு அதிகம் வேட்டு வைப்பது இரண்டே இரண்டு நோய்கள்தான். ஒன்று, நெஞ்சுச் சளி. மற்றொன்று, வயிற்றுப்போக்கு. பாக்டீரியா, வைரஸ், புரோட்டோசோவா போன்ற கிருமிகள் குழந்தைகளைத் தாக்கும்போது வயிற்றுப்போக்கு ஏற்படும்.

இவற்றில் 'ரோட்டா' வைரஸால் ஏற்படும் வயிற்றுப்போக்கு மிகவும் கடுமையானது; கொடுமையானது. இதனால் பாதிக்கப்பட்ட குழந்தைக்கு சிறுநீர்போல மலம் போகும். தொடர்ந்து வாந்தி வரும். காய்ச்சல் ஏற்படும். குழந்தை சீக்கிரமே நீர்ச்சத்தை இழந்துவிடும். காலத்தோடு இதைக் கவனிக்கத் தவறினால், குழந்தையின் உயிருக்கு ஆபத்து வந்து சேரும்.

எங்கெல்லாம் சுத்தமும் சுகாதாரமும் இல்லையோ அங்கெல்லாம் ரோட்டா வைரஸ் ஆதிக்கம் செலுத்துகிறது. இது ஐந்து வயதுக்கு உட்பட்ட குழந்தைகளைத்தான் அதிகம் பாதிக்கிறது. மாசடைந்த உணவு, குடிநீர் மற்றும் நோயாளி உபயோகித்த பொருள்கள் மூலம் இது மற்றவர்களுக்குப் பரவுகிறது.

குழந்தைகளுக்குப் புட்டிப்பால் கொடுக்கும்போது சுத்தம் பேணப்பட வேண்டும். ஒவ்வொரு முறையும் ஃபீடிங் பாட்டில், நிப்பிள், பாட்டில் மூடி இந்த மூன்றையும் சுத்தமாகக் கழுவி, 10 நிமிடங்களுக்குத் தண்ணீரில் கொதிக்கவைத்து ஆறவைத்த பிறகுதான் பயன்படுத்த வேண்டும். அப்படி முறையாக கிருமி நீக்கம் செய்யாமல் குழந்தைக்குப் பால் கொடுப்பது, பிளாஸ்டிக் டப்பாக்கள் மூலம் பால் தருவது

போன்றவற்றாலும் ரோட்டா வைரஸ் பரவுகிறது. சில குழந்தைகள் எந்த நேரமும் வாயில் ரப்பரைத் திணித்துக் கொள்வார்கள். சுத்தம் பேணப்படாத அந்த ரப்பர் மூலமும் இது பரவுகிறது.

பால் ஆஃபிட்

அசுத்தமான இடங்களிலும் மாசு நிறைந்த சூழலிலும் வளரும் குழந்தைகளையும், நோய் எதிர்ப்பு சக்தி குறைவாக உள்ள குழந்தைகளையும் இது சுலபமாகத் தாக்கிவிடும். தாய்ப்பால் குடித்து வளரும் குழந்தைகளுக்கு இதன் தாக்கம் சற்று குறைவாக இருக்கும். காரணம், தாயிடம் உள்ள நோய் எதிர்ப்பு சக்தியானது தாய்ப்பால் மூலம் குழந்தைக்கு வந்துவிடும். புட்டிப்பால் மற்றும் பசும்பால் குடித்து வளரும் குழந்தைகளுக்கு நோய் எதிர்ப்பு சக்தியானது குறைவாக இருக்கும் என்பதால், இவர்கள் ரோட்டா வைரஸால் மிகச் சுலபமாகத் தாக்கப்படுகின்றனர்.

ரோட்டா வைரஸை அழிப்பதற்கான மருந்துகள், இதுவரை எந்த நாட்டிலும்கண்டுபிடிக்கப்படவில்லை. ஆனால், இது நம்மைத் தாக்காமல் இருப்பதற்காக ரோட்டாடெக் (RotaTeq), ரோட்டாரிக்ஸ் (Rotarix), 116 இ (116 E) என மூன்றுவகைத் தடுப்புச் சொட்டு மருந்துகள் பயன்பாட்டில் உள்ளன.

இவற்றில் ரோட்டாடெக் மருந்தை 2004ல் அமெரிக்காவில் ஏற்கெனவே பல தடுப்பு மருந்துகளைக் கண்டுபிடித்து பிரபலமான விஸ்டார் நிறுவனம்தான் கண்டுபிடித்தது. 2005ல் மெர்க் நிறுவனம் இதை மருந்தாகத் தயாரித்துக் கொடுத்தது.

ஸ்டேன்லி பிளாட்கின்

இந்தக் கண்டுபிடிப்பு குறித்து விஸ்டார் நிறுவனத்தின் தலைவர் ருசல் காஃப்மேன் அளித்த பேட்டியைப் படியுங்கள்.....

‘1980ம் ஆண்டில் அமெரிக்கக் குழந்தைகளை அலற வைத்துக் கொண்டிருந்தது ரோட்டா வைரஸ் வயிற்றுப்போக்கு. ஆண்டுதோறும் லட்சக்கணக்கான பச்சிளம் குழந்தைகள் இதனால் இறந்து கொண்டிருந்தன. எனவே,

பிரட் கிளார்க்

இதற்கு எப்படியும் ஒரு முடிவு கட்டியாக வேண்டும் என்று கங்கணம் கட்டிக்கொண்டு ஃபிரட் கிளார்க், ஸ்டேன்லி பிளாட்கின் என்ற இரு விஞ்ஞானிகள் களத்தில் இறங்கினர். அப்போது வேறு ஓர் ஆராய்ச்சியில் ஈடுபட்டிருந்த பால் ஆஃபிட் என்ற விஞ்ஞானி. பக்கத்து வீட்டில் ஒன்பது மாதக் கைக்குழந்தை இந்த நோயால் தன் கண்ணெதிரில் இறந்து போனதைப் பார்த்ததும், தன்னுடைய பழைய ஆராய்ச்சியை விட்டுவிட்டு இவர்களோடு கைகோத்துக்கொண்டார்.

இவர்கள் மூவரும் முதலில் பசுங்கன்றுவுக்கு ரோட்டா வைரஸ் வயிற்றுப்போக்கை ஏற்படுத்தி, அதன் ரத்தத்தில் காணப்பட்ட வைரஸ் கிருமிகளிலிருந்து ஒரு மருந்தைத் தயாரித்தனர். இது ஆரம்பத்தில் நோயைக் கட்டுப்படுத்த உதவியது என்றாலும் போகப்போக இதன் பலன் குறைந்தது. இதற்கு என்ன காரணம் என்பதைத் தெரிந்து கொள்ள மீண்டும் ஆராய்ச்சிகளைத் தொடர்ந்தனர், அப்போதுதான் இதற்குக் காரணம் புரிந்தது. அதாவது, இந்த வைரஸ் வளர்ந்து வரும்போது ஆரம்பத்தில் இருந்த இனமாகவே தொடர்ந்து இருப்பதில்லை. பல இனங்களாக உருமாற்றம் அடைந்துவிடுகிறது. எனவே ஓர் இனத்துக்காக அவர்கள் தயாரித்த மருந்து இந்தப் புதிய இனத்துக்கு எதிராக செயல்படவில்லை.

இந்தப் பின்னடைவைத் தவிர்க்க ஒரு புதுவழியை மேற்கொண்டனர். ஏற்கெனவே தாங்கள் தயாரித்திருந்த பசுங்கன்று வைரஸ் கிருமிகளோடு மனித ரத்தத்தில் வளர்க்கப்பட்ட ரோட்டா வைரஸ் துணை இனங்களில் ஜி1, ஜி2, ஜி3, ஜி4, பி1ஏ (G1, G2, G3, G4, P1A) என்று மொத்தம் 5 வகைக் கிருமிகளைக் கலந்து 1993ல் ஒரு புதிய மருந்தைக் கண்டுபிடித்தனர். இதை 2004 வரை உலகில் 11 நாடுகளில் எழுபதாயிரம் கைக்குழந்தைகளுக்குக் கொடுத்துப் பார்த்தனர். இது கொடுக்கப்பட்ட குழந்தைகளுக்கு வயிற்றுப்போக்கு ஏற்படவே இல்லை என்பது உறுதியானதும் 2005 டிசம்பர் 14 அன்று இந்த மருந்தை மனிதப் பயன்பாட்டுக் கொண்டுவந்தனர். சுமார் 25 ஆண்டுகள் மூன்று விஞ்ஞானிகளின் கடுமையான உழைப்பில் பிறந்த இந்த மருந்து இன்றைக்கு உலக அளவில் ஆண்டுதோறும் லட்சக்கணக்கான கைக்குழந்தைகளுக்கு வயிற்றுப்போக்கு வராமல் தடுத்துக் கொண்டிருக்கிறது'.

'ரோட்டாடெக்' சொட்டு மருந்தை எப்படிக் கொடுப்பது?

குழந்தைக்கு ஒன்றரை மாதம் முடிந்ததும் முதல் தவணை மருந்தைக் கொடுக்கவேண்டும். அவ்வாறு கொடுக்கத் தவறினால், 15 வாரம் முடிவதற்குள் முதல் தவணையைக் கொடுத்துவிடவேண்டும். இரண்டாம் தவணையை இரண்டரை மாதம் முடிந்ததும் கொடுக்க வேண்டும். இந்த 2 தவணைகளுக்கு இடையில் 4 வாரம்வரை இடைவெளி இருக்கவேண்டும். மூன்றாம் தவணை மருந்தை மூன்றரை மாதம் முடிந்ததும் கொடுக்கவேண்டும். அவ்வாறு கொடுக்கத் தவறினால், குறைந்தது 8 மாதங்களுக்குள் மூன்றாம் தவணையைக் கொடுத்துவிடவேண்டும்.

30

எலிக்காய்ச்சலுக்கு ‘குட்பை’ சொல்லும் மருந்து!

மழையா அது? பேய் மழை! வெள்ளமா அது? பேரிடர் தந்த பெருவெள்ளம். 2015 டிசம்பர் மாதம் சென்னை மற்றும் அதைச் சுற்றியுள்ள பல மாவட்டங்களை கனமழை புரட்டிப்போட்டுவிட்டது. வெள்ளத்தின்போது ஏற்படும் ஆபத்துகளைவிட வெள்ளம் வடிந்தபின் ஏற்படும் வைரஸ் காய்ச்சல், டைபாய்டு காய்ச்சல், வாந்தி, வயிற்றுப் போக்கு, மஞ்சள் காமாலை போன்ற சுகாதாரக் கேடுகளால்தான் மக்களுக்குப் பல்வேறு ஆபத்துகள் வருகின்றன என்கிறது உலக சுகாதார நிறுவனம். இந்த வரிசையில், ‘எலிக் காய்ச்சல்’ என்று அழைக்கப்படுகிற ‘லெப்டோஸ்பைரோசிஸ்’ (Leptospirosis) நோய் முக்கியமானது.

‘லெப்டோஸ்பைரா’ எனும் பாக்டீரியா கிருமிகள் நம்மைப் பாதிப்பதால் இது ஏற்படுகிறது. இந்தக் கிருமிகள் எலி, பெருச்சாளி, ஆடு, மாடு, பன்றி, பூனை போன்ற பல்வேறு விலங்குகளில் வசித்து அவற்றின் சிறுநீர் வழியாக வெளியேறும்.

மழைக்காலத்தில் தெருக்களில் தண்ணீர் தேங்கும்போது, வீட்டில் வளரும் எலி, பெருச்சாளி போன்றவையும் அந்தத் தண்ணீர் வழியாகச் சென்றுவரும். அப்போது அவற்றின் சிறுநீர்க் கழிவும் அதில் கலக்கும். அந்தக் கழிவுகளில் ‘லெப்டோஸ்பைரா’ கிருமிகள் இருந்தால் எலிக் காய்ச்சல் வரும்.

பாதங்கள் வழியாக இந்தக் கிருமிகள் உடலுக்குள் நுழைவதுதான் அதிகம். எனவே பாதங்களில் விரிசல், பித்தவெடிப்பு, புண், சேற்றுப் புண் உள்ளவர்களுக்கு இந்த நோய் வருகிற வாய்ப்பு அதிகம். காலில்

செருப்பு அணியாமல் நடக்கும்போது விலங்குகளின் சிறுநீர்க்கழிவு மனிதர்களின் உடலுக்குள் நுழைந்து நோய் உண்டாக அதிக வாய்ப்புண்டு. கிராமப்புறங்களில் விலங்குகளைக் குளிப்பாட்டும் அதே குளங்களில்தான் ஊர் மக்களும் குளிப்பார்கள். அப்போது அவர்களின் வாய், கண், மூக்கு வழியாகவும் இந்தக் கிருமிகள் உடலுக்குள் நுழைந்து, எலிக் காய்ச்சலை ஏற்படுத்தும்.

கடுமையான காய்ச்சல், தாங்கமுடியாத தலைவலி, தசைவலி, உடல்வலி, கண்கள் சிவப்பது, வாந்தி, வயிற்றுப்போக்கு போன்றவை இந்த நோயின் முதல்கட்ட அறிகுறிகள். இவற்றில் 'சிவந்த கண்கள்' இந்த நோயை இனம் காட்டும் முக்கிய அறிகுறி. இந்த நேரத்தில் தகுந்த சிகிச்சை பெற்றுவிட்டால் நோய் உடனே கட்டுப்படும். தவறினால், நோய் தீவிரமாகும். குறிப்பாக, கல்லீரல், சிறுநீரகம், நுரையீரல், இதயம், இரைப்பை, மூளை எனப் பல்வேறு முக்கிய உறுப்புகளை இது தாக்கும். இதன் விளைவாக நோயின் இரண்டாம் கட்ட அறிகுறிகள் தோன்றும். மஞ்சள் காமாலை, கண்களில் ரத்தக்கசிவு, சிறுநீரிலும் மலத்திலும் ரத்தம் போவது போன்றவை இந்தக் கட்டத்தின் முக்கிய அறிகுறிகள். இப்போதும் இந்த நோயைக் கவனிக்கத் தவறினால், இந்தக் கிருமிகள் இதயம் மற்றும் மூளையைப் பாதித்து உயிருக்கு ஆபத்தை ஏற்படுத்தும்.

எலிக் காய்ச்சலைக் குணப்படுத்தவும், வரவிடாமல் தடுக்கவும் 'டாக்சிசைக்ளின்' (Doxycycline) மருந்து கைகொடுக்கிறது. அலோபதி மருத்துவத்தில் ஒரு மருந்து புதிதாகக் கண்டுபிடிக்கப்படும்போது, ஏற்கெனவே உள்ள ஒரு மருந்தின் வேதிக்கட்டமைப்பை மாற்றி அமைத்துப் புதிய மருந்துகளை உருவாக்குவது ஒரு தயாரிப்புமுறை. இந்தமுறை முதன் முதலில் கடைப்பிடிக்கப்பட்டது இந்த மருந்தின் கண்டுபிடிப்பில்தான்.

இருபதாம் நூற்றாண்டின் தொடக்கத்தில் பென்சிலின், ஸ்ட்ரெப்டோமைசின் என்ற இரண்டு ஆன்டிபயாடிக் மருந்துகள்தான் புழக்கத்தில் இருந்தன. இவை இரண்டுமே ஊசி மருந்துகள். எனவே, நோயாளிகள் பலரும் ஊசி போட்டுக்கொள்வதற்குத் தயங்கினர்; நோய்கள் கட்டுப்படுவதற்குத் தாமதமானது. மேலும் இவை இரண்டும் சிலவகை பாக்டீரியா கிருமிகளை மட்டுமே கட்டுப்படுத்தின. வைரஸ், காளான் போன்ற இன்னும் பல கிருமிகளைக் கட்டுப்படுத்த இவற்றால் இயலவில்லை. எனவே, புதிய மருந்துகளைக் கண்டு பிடிக்கும் முயற்சியில் மருத்துவத்துறை தீவிரமாக இறங்கியது. புதிதாக கண்டுபிடிக்கப்படும் மருந்து மாத்திரையாக இருந்தால் இன்னும் சிறந்த பலனைத் தரும் என்ற கருத்தோட்டத்தில் விஞ்ஞானிகள் தங்கள் ஆராய்ச்சிகளை விரிவுபடுத்தினர்.

இந்த வழியில் 1945ல் பெஞ்சமின் மின்ச் டூகார் எனும் அமெரிக்க விஞ்ஞானி ஆக்டினோமைசீட்ஸ் எனும் பாக்டீரியாவிலிருந்து 'குளோர் டெட்ராசைக்ளின்' என்ற மருந்தைக் கண்டுபிடித்தார். இதுதான் மருத்துவத்துறையில் முதன்முதலில் 'ஒரே சமயத்தில் பல பாக்டீரியாக்கள் வளர்வதைத் தடுத்து நோய்களைக் குணப்படுத்தும் மருந்து' (Broad spectrum antibiotic) என்ற புகழைப் பெற்றது. முக்கியமாக சளிக் காய்ச்சல், சரும நோய்கள், பால்வினை நோய்கள், காலரா, பிளேக் போன்றவற்றுக்கு நல்ல பலனைக் கொடுத்தது. மேலும், இது பலரும் எதிர்பார்த்ததுபோலவே மாத்திரையாகத் தயாரிக்கப்பட்டதால் மக்களிடம் பெரிய வரவேற்பைப் பெற்றது. ஆனால் இந்த மருந்தையே தொடர்ந்து பல நோய்களுக்குத் தரப்பட்ட காரணத்தால் இதன் செயலாற்றல் குறைந்தது.

இதன் பின்னர் 'பைசர்' மருந்து நிறுவனம் இதேபோல் வேதிப் பண்புள்ள 'ஆக்ஸி டெட்ராசைக்ளின்' எனும் மருந்தை ஆக்டினோ மைசீட்ஸ் துணையினக் கிருமியிலிருந்து கண்டுபிடித்தது. ஆனால் இந்த மருந்தைப் பாதுகாப்பதில் பிரச்னை ஏற்பட்டதால் நோயாளிகளுக்கு நீண்ட காலம் இதைப் பயன்படுத்த முடியவில்லை. எனவே, இதே நிறுவனத்தில் பணிபுரிந்த சார்லி ஸ்டீபன்ஸ் என்ற விஞ்ஞானி ஆக்டினோமைசீட்ஸ் துணையின பாக்டீரியாக்களோடு சில செயற்கைப் பொருள்களையும் கலந்து புதிய மருந்தை 1960ல் கண்டுபிடித்தார். இதை நீண்ட காலம் பாதுகாக்கவும் முடியும் எனத் தெரிந்து கொண்டார். அதற்கு 'டாக்சிசைக்ளின்' என்று பெயரிட்டார். 1967ல் இது மனிதப் பயன்பாட்டுக்கு வந்தது. புண், பரு, நிமோனியா சளி, வயிற்றுக்கோளாறுகள், பால்வினை நோய்கள் என்று பல நோய்களைத் தீர்க்கும் அருமருந்தாக இது பிறவியெடுத்தது. என்றாலும் இவை எல்லாவற்றையும்விட எலிக் காய்ச்சலைக் குணப்படுத்தும் முக்கிய மருந்தாக மருத்துவர்கள் பயன்படுத்துவது இதை மட்டுமே!

இது எப்படி வேலை செய்கிறது?

பாக்டீரியா கிருமிகள் வளர்வதற்குத் தேவையான புரதத்தை இது முற்றிலும் அழித்துவிடுவதால் அக்கிருமிகள் வளர்வது தடுக்கப்படுகிறது. இதனால் நோய் குணமாகிறது. மழைக்காலத்தில் வாரம் 2 மாத்திரைகள் வீதம் 6 வாரங்களுக்கு இதைச் சாப்பிட்டால் இந்தக் காய்ச்சல் வரவே வராது.

31

சுவை கூட்டும் செயற்கை இனிப்பூட்டிகள்!

நீரிழிவு நோயாளிகள் வீட்டில் காபி, டீ குடிக்கும்போது, 'காபியில் சர்க்கரை போடவேண்டாம். ஒரு சாக்கரின் மாத்திரை அல்லது இரண்டு சுகர் ஃப்ரி மாத்திரையைப் போட்டுக்கொடுங்க' என்று பேசிக் கொள்வதைக் கேள்விப்பட்டிருப்பீர்கள்.

சாக்கரின், சுகர் ஃப்ரி என்பவை என்ன?

மருத்துவ மொழியில் சொன்னால், செயற்கை இனிப்பூட்டிகள்!

கரும்பு போன்ற இயற்கைப் பொருளிலிருந்து கிடைக்கும் சர்க்கரைக்குப் பதிலாக, செயற்கையாகத் தயாரிக்கப்பட்ட வேதிப்பொருள்களைக் கொண்டு உணவுகளை இனிப்பாக்கும் மருந்துகளுக்குச் 'செயற்கை இனிப்பூட்டிகள்' (Artificial Sweeteners) என்று பெயர்.

சாக்கரின், அஸ்பார்ட்டேம், சுக்ரலோஸ், ஸ்டீவியோசைட், லேவுலோஸ் ஆகியவை சில முக்கியமான செயற்கை இனிப்பூட்டிகள். இவை சர்க்கரையைவிட அதிக இனிப்புச்சுவை உடையவை. அதேநேரம், இவை ரத்தச் சர்க்கரையை அதிகரிப்பது இல்லை. காரணம், இவற்றுக்குக் கலோரி சக்தி மிகக் குறைவு. காபி, டீ அல்லது பாலில் கலந்து குடிக்கலாம்.

இந்த இடத்தில் அம்மாக்களுக்கும் ஓர் இனிய செய்தி. வீட்டில் ஒருவருக்கு நீரிழிவு நோய் இருந்தால், மற்றவர்கள் தங்கள் விருப்பத்துக்கு இனிப்பு சாப்பிட முடியாமல் திண்டாடுவார்கள். இனி உங்களுக்கும் கவலை இல்லை. வீட்டில் இனிப்புப் பண்டங்கள் தயாரிக்கும்போது, சர்க்கரை, வெல்லம் போன்றவற்றுக்குப் பதிலாக,

செயற்கை இனிப்பூட்டி களைப் பயன்படுத்தியும் தயார்செய்யலாம். இப்போது இவற்றைப் பயன்படுத்திப் பலகாரங்கள் செய்து விற்கும் ஸ்வீட் ஸ்டால்கள் நகரங்களில் நிறையவே உள்ளன.

செயற்கை இனிப்பூட்டி கள், கடைகளில் பல பெயர்களில் விற்கப்படுகின்றன. இவை எல்லாமே ஒன்றல்ல. ஒவ்வொன்றுக்கும் ஒரு தனித்தன்மை உண்டு.

1. சாக்கரின்

'சாக்கரின்' என்பது ஜீனியைவிட 300 மடங்கு அதிக இனிப்புடைய செயற்கை இனிப்பூட்டி. 'பென்சாயிக் சல்ஃபினைட்' (Benzoic Sulfinide) என்பது இதன் வேதிப்பெயர். இதில் கலோரி சக்தி எதுவும் இல்லை. இது ரத்தச் சர்க்கரையை உயர்த்துவது இல்லை. ஆகவே, இனிப்பாக எதையும் சாப்பிட முடியவில்லையே என்று கவலைப்படும் நீரிழிவு நோயாளிகள், செயற்கை இனிப்பூட்டிகளை காபி, டீ அல்லது பாலில் சர்க்கரைக்குப் பதிலாகச் சேர்த்துக் கொள்ளலாம். ஒரு மாத்திரை 12 மி.கி. அளவுடையது. நாளொன்றுக்கு 10 மாத்திரைகள் வரைப் பயன்படுத்தலாம்.

2. அஸ்பார்ட்டேம்

அஸ்பார்ட்டேம்என்பது அஸ்பார்டிக் அமிலம், எல்-பினைல்அலனின் (L-Phenylananine) எனும் இரண்டு அமினோ அமிலங்கள் கலந்துள்ள இனிப்பூட்டி. சர்க்கரையைவிட 180 மடங்கு இனிப்புச்சுவை கொண்டது. ஒரு மாத்திரை 18 மி.கி. அளவுடையது. நாளொன்றுக்கு அதிகபட்சமாக 12 மாத்திரைகள் வரை பயன்படுத்தலாம். கர்ப்பிணிகள் இதைப் பயன்படுத்தக்கூடாது.

3. சுக்ரலோஸ்

இது பவுடர் மாதிரி இருக்கும். வேதிஅமைப்பின்படி 'குளோரோ கார்பன்' வகையைச் சேர்ந்தது. சாதாரணச் சர்க்கரையைவிட இது 600 மடங்கு அதிக இனிப்புச் சுவை உடையது. இதைச் சமையலுக்கும் இனிப்புகள் மற்றும் பேக்கரி பண்டங்கள் தயாரிக்கவும் பயன் படுத்தலாம்.

4. ஸ்டிவியோசைட்

தென் அமெரிக்கத் தாவர இலை ஒன்றிலிருந்து தயாரிக்கப்படுகின்ற ஒரு செயற்கை இனிப்பூட்டி இது. சாதாரணச் சர்க்கரையைவிட 300 மடங்கு அதிக இனிப்புச் சுவை கொண்டது. இதுவும் சமையலுக்கும், இனிப்புகள் தயாரிக்கவும் பயன்படுத்தப்படுகிறது. பக்கவிளைவுகள் இல்லாதது.

5. லேவுலோஸ்

இது தேன், பழங்கள் போன்ற இயற்கையாகக் கிடைக்கும் இனிப்புகளிலிருந்து தயாரிக்கப்படுகிறது. சர்க்கரையைவிட இரண்டு மடங்கு இனிப்புச்சுவை கொண்டது. காபி, பால் போன்ற பானங்களில் கலந்து சாப்பிடலாம். வீட்டிலும் ஸ்வீட் ஸ்டால்களிலும் இனிப்பு தயாரிக்க இதைப் பயன்படுத்திக்கொள்ளலாம்.

இத்தனை இனிப்பூட்டிகள் இப்போது நமக்குக் கிடைத்தாலும், சாக்கரின்தான் முதன்முதலில் கண்டுபிடிக்கப்பட்டது. அதில் ஒரு சுவாரஸ்யம் உள்ளது. தெரிந்துகொள்வோமா?

இரா ரெம்சென்

1877ல் அமெரிக்கா அரசாங்கம் வெளிநாடுகளிருந்து இறக்குமதி செய்யப்படும் வெண் சர்க்கரையில் கலப்படம் உள்ளதா என்பதை ஆய்வு செய்ய ஹெச்.டபிள்யூ.பெரெட் நிறுவனத்தைக் கேட்டுக் கொண்டது. இந்த நிறுவனத்தில் ஃபால்பெர்க் எனும் ரஷ்ய வேதியியலாளர் இந்தப் பணிக்காக வரவழைக்கப்பட்டார். அதே காலக்கட்டத்தில் அமெரிக்கா வில் ஜான்ஸ் ஹாப்கின்ஸ் பல்கலைக் கழகத்தின் வேதியியல் பேராசிரியர் இரா ரெம்செென்சல்ஃபாபென் சாயிக் அமிலத்தை ஆராய்ச்சி செய்து கொண்டிருந்தார். இவரது சோதனைச் சாலை பல வழிகளில் நவீனமானது என்பதை அறிந்த பெரெட் நிறுவனம் தன் நிறுவன ஆராய்ச்சியாளர் ஃபால்பெர்க் ஆராய்ச்சியைத் தொடர்வதற்கும் அங்கு இடமளிக்க வேண்டினர். அதற்கு ரெம்சென் சம்மதித்தார்.

ஃபால்பெர்க், கோல் தார் எனும் வேதிப்பொருளின் மீது ஆராய்ச்சியைத் தொடர்ந்தார். 1878ல் ஜூன் மாதம் ஒருநாள் இரவில் அவர் உணவு

ஃபால்பெர்க்

சாப்பிட தாமதமாகிவிட்டது. கை கழுவாமல் ஒரு ரொட்டித் துண்டை அவசரமாகச் சாப்பிட்டார். அது வழக்கத்தை விட அதிக இனிப்பாக இருந்தது. வியப்புடன் தன் விரல்களைச் சப்பினார். விரல்களும் இனித்தன. வியப்பு அதிகமாக சோதனைச் சாலைக்கு விரைந்தார். அன்றைக்கு அவர் ஆராய்ச்சிக்காக பயன்படுத்திய கண்ணாடித் தட்டு, குடுவை மற்றும் எல்லா உபகரணங் களிலும் ஓர் உப்பு போன்ற பொருள் படிந்திருப்பதைக் கண்டார். அதைச் சுரண்டி எடுத்து ருசி பார்த்தார். எல்லாமே மிகவும் இனிப்பாக இருந்தன. காரணம் தெரிந்து கொள்ள அந்தப் படிகத்தைப் பரிசோதித்தார். அது பென்சாயிக் சல்ஃபினைட் எனும் வேதிப்பொருளாக இருந்தது.

இது எப்படி உருவானது? யோசித்தார். அப்போதுதான் ஓர் உண்மை விளங்கியது. முதல் நாளில் ஒரு குடுவையில் சல்ஃபாபென்சாயிக் அமிலத்தைக் கொதிக்கவைத்தவர் அதை நிறுத்த மறந்து விட்டார். அது தொடர்ந்து கொதித்துச் சிதறி மேஜையிலிருந்த பாஸ்ஃபரஸ் குளோரைடு மற்றும் அமோனியாவுடன் கலந்து பென்சாயிக் சல்ஃபினைட்டாக தானாகவே உருமாறியிருந்தது. இதுதான் மேசையிலிருந்த பொருள்களில் படிந்திருந்தது. அதை மீண்டும் தனியாகத் தயாரித்து சாக்கரின் என்ற பெயரில் விற்பனைக்கு அனுப்பினார். மக்களிடம் அமோக வரவேற்பைப் பெற்றதோடு மருந்து விற்பனையில் சாதனை படைத்தது.

ஒரு விபத்துபோல் கண்டுபிடிக்கப்பட்ட இந்த இனிப்பூட்டி அடுத்தடுத்து பல இனிப்பூட்டிகளைக் கண்டுபிடிக்கவும் வழிவகுத்தது.

32

வயக்ரா மாத்திரை சந்தைக்கு வந்த வரலாறு!

சில்டினாபிஃல் சிட்ரேட்.

இந்தப் பெயரைச் சொன்னால், இதைப் படித்துக் கொண்டிருக்கும் பலருக்கும் இது என்னவென்று புரியாது. இதையே 'வயக்ரா' என்று சொன்னால், 'ஓ! அதுவா....தெரியும், தெரியும்' என்று நமட்டுச் சிரிப்பு சிரிப்பார்கள்.

ஆண்மைக் குறைவைப் போக்கும் மாத்திரையின் பெயர்தான், வயக்ரா. இதன் வேதிப்பெயர் சில்டினாஃபில் சிட்ரேட். இந்த மருந்து சந்தைக்கு வந்த கதை ஒரு சுவாரஸ்யம் நிறைந்தது. அதைப் படித்து ரசிப்பதற்கு முன்னால், இந்த மருந்தின் அவசியம் குறித்தும் கொஞ்சம் தெரிந்து கொள்வோம்.

ஆண்மைக் குறைவு என்பது பாலுறவின்போது ஆணுறுப்பு விறைப்புத் தன்மை இல்லாமல் இருப்பதைக் குறிக்கிற ஒரு குறைபாடு. ஆண்குறியில் பஞ்சு போன்ற தசைகள் உள்ளன. இவற்றுக்குள் போதுமான அளவுக்கு ரத்தம் பாய்ந்தால்தான் விறைப்புத் தன்மை ஏற்படும். இதில் ஏதேனும் சிக்கல் ஏற்படுமானால் விறைப்புத் தன்மை குறையும் அல்லது இல்லாமல் போகும்.

உலகில் 20 சதவிகிதம் ஆண்களுக்கு இந்தக் குறைபாடு இருக்கிறது. வயது கூடும்போது இந்த சதவிகிதம் கூடுகிறது. இது ஏற்படுவதற்கு மன அழுத்தம், பாலுறவு பற்றிய தவறான புரிதல், கணவன் மனைவிக்கு இடையில் சந்தேகம் போன்ற மனரீதியான காரணங்கள் தான் அதிகம். இவை தவிர, உடல்ரீதியாகவும் சில காரணங்கள் இருக்கலாம். முக்கியமாக நீரிழிவு நோய், இதயநோய், உயர் ரத்த

அழுத்தம், உடற்பருமன், ரத்தக்கொழுப்பு மிகுந்த நிலைமை, ஹார்மோன் கோளாறுகள், தைராய்டு பிரச்னைகள், நரம்புக் கோளாறுகள், ரத்தக்குழாய் பாதிப்புகள், விபத்துகள், மருந்துகளின் பக்கவிளைவு, மது அருந்துவது, முதுமை இப்படிப் பல காரணங்களைச் சொல்லலாம்.

இந்தப் பிரச்னை உள்ளவர்களுக்கு வழக்கமான ரத்தப் பரிசோதனைகளுடன் ரிஜிஸ்கேன், டாப்ளர் ஸ்கேன், கவர்னசோகிராபி, கோவாமெட் கருவிப் பரிசோதனை போன்ற பலதரப்பட்ட பரிசோதனைகளை மேற்கொண்டு காரணம் தெரிந்து சிகிச்சை அளிக்கப்படும்.

விறைப்புத் தன்மையை அதிகரிக்கச் செய்ய களிம்புகள், மாத்திரைகள், ஊசிகள், வெற்றிடக் கருவி மற்றும் 'பினைல் புராஸ்தெசிஸ்' எனும் செயற்கைக் கருவியை ஆண்குறியில் பொருத்தும் அறுவைச் சிகிச்சை, உளவியல் ஆலோசனைகள் எனப் பலதரப்பட்ட சிகிச்சைகள் நடைமுறையில் உள்ளன. என்றாலும் இப்போது உலகம் முழுவதிலும் இந்தக் குறைபாடு உள்ளவர்கள் அதிகமாகப் பயன்படுத்திப் பயனடைவது 'வயக்ரா' மாத்திரையைத்தான்.

இந்த மருந்தைக் கண்டுபிடித்தவர் இங்கிலாந்தில் உள்ள பைசர் மருந்து நிறுவனத்தின் ஆராய்ச்சியாளர் இயன் ஆஸ்டர்லோ. இதைக் கண்டுபிடித்த ரகசியத்தை அவர் வாயாலேயே கேட்போமே!

'மாட்டை வாங்கப் போனவர் ஆட்டை வாங்கிவந்தால் எப்படி இருக்குமோ அந்த நிலைமைதான் எனக்கும் ஏற்பட்டது. நான் 1973ல் இதய நோய்க்கு மருந்து கண்டுபிடிக்கத் தொடங்கினேன். நான் கண்டுபிடித்த அந்த மருந்து இதய நோயைக் குணப்படுத்தியதைவிட 1997ல் ஆண்மைக் குறைவை நீக்குவதற்குத்தான் பெரிதும் பயன்பட்டது என்பதுதான் சுவாரஸ்யம். இதைக் கொஞ்சம் விளக்கமாகவே சொல்கிறேன்.

1973ல் நான் சான்ட்விச் நகரிலுள்ள பைசர் நிறுவனத்தில் சேர்ந்தபோது 'ஆஞ்சைனா' எனும் இதய வலிக்கு மருந்து கண்டுபிடிக்கும் ஆராய்ச்சியை மேற்கொள்ளச் சொன்னார்கள். ஆஞ்சைனா என்பது இதயத்தசைகளுக்கு ரத்தம் குறைவதால் ஏற்படுகிற நெஞ்சுவலி. ரத்தக்குழாய்கள் சுருங்கும்போது இந்த வலி ஏற்படுவதுண்டு. ரத்தக்குழாய்களை விரியச் செய்தால் இந்த வலி குறையும். ரத்தக்குழாய்களில் உள்ள பாஸ்போடைஎஸ்டிரேஸ் 5 (PDE5) எனும் என்சைம் செய்யும் வேலையைத் தடுத்தால், ரத்தக்குழாய்கள் விரிவடையலாம் என்ற கருத்தில் அந்தத் 'தடுக்கும் மருந்தை'க்

கண்டுபிடிக்க என் தலைமையில் ஒரு மருத்துவக் குழு ஆராய்ச்சியில் இறங்கியது.

இயன் ஆஸ்டர்லோ

12 ஆண்டுகள் கடுமையாக உழைத்தபின் UK - 92480 என்ற பொதுவான பெயரில் ஒரு மருந்தைக் கண்டுபிடித்தோம். இதைத் தன்னார்வ நோயாளிகளுக்குக் கொடுத்துப் பார்த்ததில் அவர்களுக்கு நெஞ்சுவலி குறைந்தது. ஆனால் இதைச் சாப்பிட்ட ஆண்களுக்கு ஒரு வாரம் கழித்து ஆண்குறியில் விறைப்பு ஏற்பட்டதாகச் சொன்னார்கள். முதலில் நாங்கள் இதைப் பொருட்படுத்த வில்லை. அப்போது ஆஞ்சைனா நோயாளி களுக்கு நைட்ரேட் மாத்திரைகளைக் கொடுப்பது வழக்கம். இந்த மருந்தையும் நாங்கள் கண்டுபிடித் திருக்கும் புது மருந்தையும் ஒரே நேரத்தில் சேர்த்துக் கொடுத்தால் நோயாளிக்கு என்னவாகும் என்பது குறித்த அடுத்தகட்ட ஆராய்ச்சியில் இறங்கிவிட்டோம். UK - 92480 மருந்தின் அளவைக் கூட்டினால் நைட்ரேட் மருந்து இன்னும் வேகமாக வேலை செய்து நெஞ்சுவலியை உடனே குறைக்கிறது என்பதைத் தெரிந்துகொண்டு, எங்கள் மருந்தின் அளவைக் கூட்டினோம்.

இப்போது இதைச் சாப்பிட்டவர்கள் இதயவலியும் குறைகிறது; அதேசமயம் முன்பு ஒரு வாரத்திற்குப் பிறகு விறைப்புத் தன்மை ஏற்பட்டதற்குப் பதிலாக இப்போது தினமும் இது ஏற்படுகிறது என்று சொன்னார்கள். இதை வரவேற்றும் விறைப்புக்குக் காரணம் தெரிந்துகொள்ளவும் பல லட்ச நோயாளிகள் எங்களுக்குக் கடிதம் எழுதினார்கள். அப்போதுதான் எங்களுக்கு ஆண்மைக் குறைவு நோய் இல்லற வாழ்க்கையில் எந்த அளவுக்கு மோசமாகப் பாதிப்பை ஏற்படுத்தியுள்ளது என்பது புரிந்தது.

எனவே, இதயவலிக்கு மருந்து தேவைப்படுவதைவிட ஆண்மைக் குறைவுக்குத்தான் இப்போது உடனடியாக மருந்து தேவைப்படுகிறது என்ற முடிவுக்கு வந்து, எங்கள் ஆராய்ச்சியின் திசையைத் திருப்பினோம். 1993லிருந்து ஆண்மைக் குறைவு உள்ளவர்களுக்கு இந்த மருந்தைக் கொடுத்துப் பார்த்தோம். இதைச் சாப்பிட்ட சில மணிநேரத்தில் ஆணுறுப்புக்கு ரத்தம் கொண்டு செல்லும் ரத்தக்குழாய் களை இது நன்றாக விரித்துவிடுவதால், ரத்தம் ஏராளமாகப் பாய்ந்து, ஆண்குறி விறைத்துக் கொள்கிறது என்பதைத் தெரிந்துகொண்டோம்.

நீரிழிவு நோயாளிகள், முதுகுத்தண்டில் அடிபட்டவர்கள், ஹார்மோன் கோளாறு மற்றும் நரம்புக் கோளாறு உள்ளவர்கள் எனப் பலதரப்பட்ட மக்களுக்கும் இதைக் கொடுத்துப் பரிசோதித்தோம். இது எல்லோருக்கும் ஒரேமாதிரியாகவே வேலை செய்து திருப்தியான விறைப்புத் தன்மையைக் கொடுத்தது. எனவே, 1997ல் இதற்கான விற்பனை உரிமையைப் பெற்று, ஆண்மைக் குறைவைப் போக்கும் மருந்தாகவே இதைச் சந்தைப்படுத்தினோம். இன்றைக்கு உலக அளவில் 3 கோடி ஆண்கள் தினமும் இதைப் பயன்படுத்தித்தான் இல்லற வாழ்க்கையில் ஈடுபடுகிறார்கள்.' என்று முடித்தார் இயன் ஆஸ்டர்லோ.

33

காமாலைக்குக் கடிவாளம் போடும் மருந்து!

காமாலை என்றாலே கலக்கம்தான். இத்தனைக்கும் இது ஒரு தனிப்பட்ட நோயல்ல! கல்லீரல் பாதிக்கப்பட்டுள்ளது என்று தெரிவிக்கும் ஓர் அறிகுறி மட்டுமே. கல்லீரல் பல வழிகளில் பாதிக்கப்படலாம். வைரஸ் தொற்று, மது குடிப்பது, மருந்துகளின் பக்கவிளைவு, புற்றுநோய், பித்தப்பையில் கல் அடைத்துக்கொள்வது எனப் பலதரப்பட்ட காரணங்களால் மஞ்சள் காமாலை ஏற்படுகிறது. இவற்றில் வைரஸ் பாதிப்புதான் முக்கியமானது.

இந்த வைரஸ்களில் A, B, C, D, E என்று பலவகை உண்டு. இவற்றில் ஹெப்படைட்டிஸ் - பி கிருமி மற்ற வைரஸ்களைவிட மிக மோசமானது. இது கல்லீரலைத் தாக்கி ஹெபடைட்டிஸ் - பி மஞ்சள் காமாலை எனும் தொற்று நோயை ஏற்படுத்துகிறது.

உலகில் இந்த நோயைச் சுமந்து கொண்டிருப்பவர்கள் சுமார் மூன்றரைக் கோடிப் பேர். இந்தியாவில் 100 பேரில் 4 பேருக்கு இந்த நோய் இருக்கிறது. 100 கர்ப்பிணிகளைப் பரிசோதித்தால் குறைந்தது 3 பேரிடம் இந்த நோய்க் கிருமிகள் காணப்படுகின்றன.

ஹெபடைட்டிஸ் - பி நோய்க் கிருமி ரத்தம், தாய்ப்பால், விந்து மற்றும் பெண் பிறப்புறுப்புத் திரவங்களில் வெளியேறி அடுத்தவர்களுக்குப் பரவுகிறது. கர்ப்பிணிக்கு / தாய்க்கு இந்த நோய் இருந்தால், குழந்தைக்கும் ஏற்படுகிறது. பாலுறவு மூலமும் இது மற்றவர் களுக்குப் பரவக்கூடியது.

இந்த நோயுள்ளவர்களின் ரத்தத்தை முறையாகப் பரிசோதனை செய்யாமல் ரத்ததானம் செய்யும்போது, அந்த ரத்தத்தைப் பெற்றுக்

பேருச் பிளம்பெர்க்

கொண்டவருக்கு இது வருகிறது. இவர்களுக்குப் போடப்பட்ட ஊசிக்குழலையும் ஊசியையும் சரியாகத் தொற்றுநீக்கம் செய்யாமல், அடுத்த வருக்கு ஊசி போட்டால், அந்தப் புதிய நபருக்கும் இது ஏற்படுகிறது. போதை ஊசி போட்டுக்கொள்பவர்கள், ஒரே ஊசியைப் பலரும் பகிர்ந்து கொள்ளும்போது, தொற்றுநீக்கம் செய்யப்படாத ஊசியைப் பயன் படுத்திப் பச்சை குத்தும்போதும் மற்றவர்களுக்கு இது பரவுகிறது. இந்த நோயுள்ளவர்கள் பயன்படுத்திய சவரக்கத்தி, ரேசர் பிளேடு போன்ற வற்றில் சுமார் ஏழு நாட்கள்வரை இந்தக் கிருமிகள் உயிருடன் இருக்கும். அந்தச் சமயத்தில் அந்தப் பொருள்களை மற்றவர்கள் பயன்படுத்தினால், அவர்களுக்கும் இது வந்துவிடும்.

இந்த நோய்த்தொற்று உள்ளவருக்குப் பசி இருக்காது. காய்ச்சல், வாந்தி, வயிற்றுப்போக்கு, அதீத களைப்பு உண்டாகும். கண்களும் தோலும் மஞ்சள் நிறத்தில் காணப்படும். சிறுநீர் மஞ்சள் நிறத்தில் போகும். மலம் வெள்ளை நிறத்தில் போகும். வயிறு வலிக்கும். தோல் அரிக்கும். எலும்பு மூட்டுகளிலும் தசைகளிலும் கடுமையான வலி உண்டாகும். இந்த அறிகுறிகள் அனைத்தும் சில வாரங்களில் மறைந்துவிடும்.

என்றாலும், இந்த நோய் உடலுக்குள் கொஞ்சம் கொஞ்சமாகக் கடுமையாகி நோய் நீடிக்கும். அதேநேரத்தில் இதன் அறிகுறிகள் எதுவும் வெளியில் தெரியாது. தங்களுக்கு நோய் இருப்பதை அறியாமலேயே மற்றவர்களுக்கு இந்த நோயைப் பரப்புவார்கள். இவர்களுக்கு நாட்கள் ஆக ஆக கல்லீரல் சுருங்கும் (Liver Cirrhosis). கல்லீரலில் புற்றுநோய் வரும். இந்த ஆபத்து ஏற்படுவதற்கு சுமார் 15 ஆண்டுகள் ஆகும்.

ஹெபடைட்டிஸ் - பி நோய்க்கு அலோபதியிலும் சித்தா, ஆயுர்வேதத்திலும் பல மருந்துகள் தரப்படுகின்றன. என்றாலும் நோயாளியின் நோய் எதிர்ப்புச் சக்தியைப் பொறுத்தே இந்தச் சிகிச்சைக்கான பலன் கிடைக்கிறது.

அதேவேளையில் 100 சதவிகிதம் இதை வரவிடாமல் தடுத்துக்கொள்ள 'ஹெபடைட்டிஸ் - பி தடுப்பூசி' (Hepatitis - B vaccine) உள்ளது.

இதைக் கண்டுபிடித்ததில் பலரது உழைப்பு உள்ளது. கிராமத்துக்குச் சாலை போடும்போது முதலில் மண் சாலை, பிறகு தார்ச்சாலை, தேவைப்பட்டால் 'பேவர் பிளாக்' சாலை என்று ஒவ்வொன்றாகப் போடுவார்கள். இப்படிப் படிப்படியாக வந்ததுதான் 'ஹெபடைட்டிஸ் - பி தடுப்பூசி'யும்.

ஹில்மேன்

1963ல் அமெரிக்க மருத்துவர் பேருச் பிளம்பெர்க் என்பவர் முதன்முதலில் இந்த நோய்க்குத் தடுப்பூசியைக் கண்டுபிடிக்க அடிக்கல் இட்டார். இவர் ஆஸ்திரேலியாவில் வாழ்ந்த பழங்குடி மக்களிடம் ஒரு பிரத்யேக ஆன்டிஜென் இருப்பதைக் கண்டுபிடித்தார். ஆன்டிஜென் என்பது உடலில் நோய் எதிர்ப்பாற்றலை உருவாக்கும் கிருமிக்குப் பொதுவான பெயர். இவர் கண்டுபிடித்த ஆன்டிஜென்னுக்கு 'ஆஸ்திரேலியா ஆன்டிஜென்' என்று பெயரிட்டார்.

1968ல் ஆல்ஃபிரட் பிரின்ஸ் என்பவர் இந்த ஆன்டிஜென் 'ஹெபடைட்டிஸ் - பி' வைரஸின் மேல் பகுதியில் மட்டுமே இருக்கிறது என்று கண்டுபிடித்தார். இவரைத் தொடர்ந்து 1970ல் ஹில்மேன் என்பவர் இந்த ஆன்டிஜென்னை மிகச் சிறிய அளவில் நோயாளியின் உடலுக்குள் செலுத்தினால் தடுப்பாற்றல் தருகிறது என்று கண்டறிந்து, ஒரு தடுப்பு மருந்தைத் தயாரித்தார். ஆனால் இந்த மருந்தை இவர் போதை ஊசிப்பழக்கம் உள்ளவர்களிடமிருந்து தயாரித்த காரணத்தால், அந்த ஆன்டிஜென்னுடன் ஹெச்ஐவி ஆன்டிஜென்களும் காணப்பட்டன. ஹெச்ஐவி என்பது எய்ட்ஸ் நோயை உண்டாக்கும் வைரஸ் கிருமிகள். அந்தக் காலகட்டத்தில் ஹெச்ஐவி குறித்து மருத்துவ ஆராய்ச்சியாளர்களுக்கு அவ்வளவாகத் தெரிந்திருக்கவில்லை. என்றாலும் அவர் விடாமுயற்சியுடன் ஓராண்டு காலம் செலவழித்து. தான் தயாரித்த தடுப்பு மருந்தைச் சுத்தப்படுத்துவதற்கும் வழி கண்டுபிடித்து விட்டார். 1981ல் இந்தத் தடுப்பூசிக்கு உரிமை பெற்று மக்களின் பயன்பாட்டுக்குக் கொண்டு வந்தார்.

தொடர்ந்து ஏற்பட்ட மருத்துவ முன்னேற்றங்களால் இந்தத் தடுப்பூசியின் தயாரிப்பு அடுத்த கட்ட வளர்ச்சிக்கு எடுத்துச் செல்லப் பட்டது. வெலன்சுலா எனும் ஆராய்ச்சியாளர் மரபணுப் பொறியியல் (Genetic Engineering) மூலம் 'மறுஇணைப்பு' (Recombination) எனும் தொழில்நுட்பத்தைப் பயன்படுத்தி ஈஸ்ட் கிருமிகளில் 'ஹெபடைட்டிஸ் -

பி' வைரஸின் மரபணுவைச் செலுத்தி, அப்போது உருவாகின்ற ஆன்டிஜென்களி லிருந்து இந்தத் தடுப்பூசியைத் தயாரித்தார். இது மிகவும் சுத்தமான தடுப்பூசி என்று உறுதி செய்யப்பட்டதால், இதுதான் இன்றைக்கும் புழக்கத்தில் உள்ளது.

வெலன்சுலா

இந்தத் தடுப்பூசியின் கண்டுபிடிப்பில் பலரது முயற்சியும் உழைப்பும் காணப்பட்டாலும், இதற்கான ஆன்டிஜென்னைக் கண்டுபிடித்து ஆரம்ப விதைபோட்ட பேருச் பிளம் பெர்க்குக்குத்தான் நோபல் பரிசு கிடைத்தது.

34

எலும்புக்கு வலு சேர்க்கும் மருந்து!

நமக்குத் தேவைப்படும் வைட்டமின்களில் இலவசமாகவும் ஒரு வைட்டமின் கிடைக்கிறது என்றால், நம்புவீர்களா? நம்பித்தான் ஆக வேண்டும். சூரிய ஒளியிலிருந்து இலவசமாக ஒரு வைட்டமின் கிடைக்கிறது. அதன் பெயர், 'கொலிகால்சிஃபெரால்' (Colicalciferal). அதாவது, வைட்டமின் - D3.

சூரிய ஒளியில் புற ஊதாக்கதிர்கள் (Ultra Violet Rays) உள்ளன. நம் தோலுக்கு அடியில் கொழுப்பு செல்கள் உள்ளன. அவற்றில் 'எர்கோஸ்டீரால்' (Ergosterol) கொழுப்பு உள்ளது. அதனுடன் புற ஊதாக்கதிர்கள் வினைபுரிகிறபோது, 'கொலிகால்சிஃபெரால்' உற்பத்தியாகிறது. இப்படித்தான் வைட்டமின் - D3 நமக்கு இலவசமாகக் கிடைக்கிறது.

சூரிய ஒளி தவிர, மீன், மீன் எண்ணெய், முட்டை, ஆட்டிறைச்சி ஆகியவற்றில் இது அதிகமாக உள்ளது. சைவ உணவுகளில் காளான் இந்த வைட்டமினை அதிகம் பெற்றுள்ளது. பால், வெண்ணெய், நெய் போன்றவற்றில் இது ஓரளவு உள்ளது. மற்ற சைவ உணவுகளில் இது இல்லவே இல்லை என்பதால், சைவம் சாப்பிடுபவர்கள் தங்களுக்குத் தேவையான வைட்டமின் - யைப் பெறுவதற்கு, வெயிலைத்தான் பயன்படுத்திக்கொள்ள வேண்டும்.

தினமும் அரை மணி நேரம் வெயிலில் நின்றால் இந்த வைட்டமின் நம் தேவைக்குக் கிடைத்துவிடும். எனவே, வெயிலில் வேலை செய்கிறவர்களுக்குப் பிரச்னை இல்லை. மற்றவர்களுக்குத்தான் பிரச்னை. இந்தியா ஒரு வெப்பநாடு; விவசாயத்தை முதன்மைத்

தொழிலாகக் கொண்ட நாடு; இதனால் இந்தியர்களுக்கு - வைட்டமின் - D பற்றாக்குறை ஏற்படாது என்று முன்பு சொல்லப்பட்டது. ஆனால், இப்போது நிலைமை மாறிவிட்டது.

இந்திய மக்களின் வாழ்க்கைமுறை மாறிவிட்டது. தனித்தனி வீடுகளில் வசிப்பதைத் தவிர்த்து, பெரும்பாலோர் மிக நெருங்கிய பல அடுக்குமாடிக் கட்டடங்களில்தான் வசிக்கின்றனர். விடுமுறை நாட்களில் குழந்தைகள், சிறுவர்கள் மற்றும் இளம் வயதினர் வெயிலில் விளையாடுவது குறைந்துவிட்டது. தொலைக்காட்சி, கணினி, செல்பேசி போன்ற ஊடகங்களுடன்தான் பொழுதைக் கழிக்கின்றனர். விவசாயம் மற்றும் வெளி வேலை செய்பவர்களின் எண்ணிக்கை குறைந்துவிட்டது. அலுவலக நிழலில் வேலை செய்பவர்களின் எண்ணிக்கை அதிகரித்துவிட்டது. இவர்கள் உடலில் வெயில்படுவது குறைந்துவிட்டது. எனவே, இவர்களுக்கு வைட்டமின் - D பற்றாக்குறை ஏற்படுவது அதிகரித்துவிட்டது.

இந்தியாவில் மொத்த மக்கள்தொகையில் 75 சதவிகிதம் பேருக்கு வைட்டமின் - D பற்றாக்குறை உள்ளது; 70 சதவிகிதக் குழந்தை களுக்கும் 60 சதவிகிதக் கர்ப்பிணிகளுக்கும் இந்தப் பிரச்னை உள்ளது என்கிறது ஒரு புள்ளிவிவரம். இவர்களுக்கெல்லாம் வைட்டமின்Dயை ஊசி, மாத்திரை அல்லது மருந்து மூலம்தான் கொடுக்க வேண்டிய கட்டாயத்தில் உள்ளது மருத்துவத்துறை.

என்ன காரணம்? குழந்தைகளுக்கு இது பற்றாக்குறை ஏற்பட்டால் 'ரிக்கெட்ஸ்' (Rickets) எனும் எலும்பு வளைவு நோய் வருகிறது. பெரியவர்களுக்கு 'ஆஸ்டியோமலேசியா' எனும் எலும்பு வலுவிழப்பு நோய் வருகிறது. முதுமையில் மூட்டுவலி, முதுகுவலி ஏற்படுவதற்கு இது ஒரு முக்கியக் காரணம். கர்ப்பிணிகளுக்கு இந்தப் பற்றாக்குறை ஏற்படும்போது அவர்களுக்குப் பிறக்கிற குழந்தைகளுக்கும் எலும்பு வளர்ச்சி பாதிக்கப்படுகிறது. எனவே, இவர்களுக்கெல்லாம் ஒரு வரப்பிரசாதம் வைட்டமின் டி மருந்துதான்.

இது எப்படி கண்டுபிடிக்கப்பட்டது? வரலாற்றைக் கொஞ்சம் திரும்பிப் பார்ப்போமா?

குழந்தைகளிடம் ரிக்கெட்ஸ் நோய் இருப்பதை முதன்முதலில் 1600ல் கிரேக்கர்கள்தான் கண்டுபிடித்தனர். என்றாலும் அவர்களுக்கு அந்த நோய்க்கான காரணம் தெரியவில்லை. 1800ல் போலந்து மருத்துவர் சியாடெக்கி என்பவர் அவரது வசிப்பிடமான வார்ஷா நகரில் மாசு நிறைந்த தொழிற்சாலை பகுதிகளிலும் நெருக்கடி மிகுந்த சந்துகளிலும் வசிக்கின்ற குழந்தைகளிடம் ரிக்கெட்ஸ் நோய் அதிக

எட்வர்ட் மெலன்பை

எண்ணிக்கையில் காணப்படுவதாகவும், அதேவேளையில் வர்ஷா நகருக்கு வெளியில் வசிப்போரிடம் இது காணப்படவில்லை என்றும் ஒரு புள்ளிவிவரம் சொன்னார். ஆனால் தொழிற்சாலைகள் கக்குகின்ற புகைதான் இதற்குக் காரணம் என்று அவர் தவறாகக் கணித்துவிட்டார்.

1918ல் எட்வர்ட் மெலன்பை எனும் இங்கிலாந்து மருத்துவர் ரிக்கெட்ஸ் குறித்த ஆராய்ச்சியில் இறங்கியிருந்தார். வீட்டில் அடைத்து வளர்க்கப்பட்ட சில வேட்டை நாய்களுக்குத் தொடர்ந்து ஓட்ஸை மட்டும் உணவாகக் கொடுத்துவந்தார். அந்த நாய்களுக்கு ரிக்கெட்ஸ் நோய் வந்தது. உடனே அவற்றுக்கு 'காட் லிவர் ஆயில்' மீன் எண்ணெயை ஓர் ஆய்வு நோக்கில் கொடுத்தார். சில வாரங்களில் நோய் குணமானது. இதன் மூலம் ரிக்கெட்ஸ் நோய்க்கு சத்துப் பற்றாக்குறைதான் காரணம் என்று நிரூபித்தார். அந்தச் சத்து ஒரு வைட்டமினாக இருக்கலாம் என்று ஊகித்தார்.

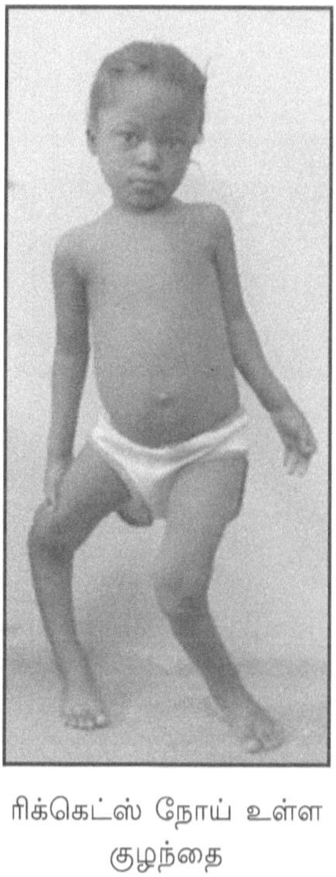

ரிக்கெட்ஸ் நோய் உள்ள குழந்தை

இவரைத் தொடர்ந்து 1920ல் ஹெஸ், ஸ்டீன் பாக், பிளாக் எனும் மூன்று அமெரிக்க விஞ்ஞானிகள் எலிகளின் உணவில் புற ஊதாக்கதிர்களைச் செலுத்தி, அந்த உணவை ரிக்கெட்ஸ் வந்த எலிகளுக்குக் கொடுத்து வந்தனர். இதனால் அவற்றுக்கு நோய் குணமானது. இதன் மூலம் ரிக்கெட்ஸை குணப்படுத்தும் பெயர் தெரியாத ஒரு பொருள் புற ஊதாக்கதிர்களில் உள்ளதை உறுதி செய்தனர்.

அதே ஆண்டில் ஜெர்மனி விஞ்ஞானி விண்டாஸ் என்பவர் கொலஸ்ட்ரால் குறித்து ஆராய்ச்சி செய்துகொண்டிருந்தபோது, மனித சருமத்தில் உள்ள கொலஸ்டிராலின் மீது சூரிய ஒளி படும்போது, சருமத்தில் வைட்டமின் டி தயாரிக்கப்படுகிறது என்று

கண்டுபிடித்தார். சூரிய ஒளியில் உள்ள புற ஊதாக்கதிர்கள் இதற்கு உதவுகின்றன என்றார். இவரே இந்த வைட்டமினின் வேதி அமைப்பையும் கண்டறிந்து சொன்னார். இதற்காக இவருக்கு 1928ல் நோபல் பரிசு கிடைத்தது.

வைட்டமின் டியை மருந்தாக தயாரிக்க மெர்க் நிறுவனத்துக்கு விண்டாஸ் உரிமம் கொடுக்க, அது ஊசி, மாத்திரை, மருந்து எனப் பல விதங்களில் 1927ல் சந்தைக்கு வந்தது. என்னதான் சூரிய ஒளியில் இந்த வைட்டமின் இலவசமாகக் கிடைக்கிறது என்றாலும், இன்றைக்கு உலக அளவில் முக்கால்வாசிப் பேரை அவதிப்படுத்தும் வைட்டமின் டி பற்றாக்குறையைப் போக்க இந்த மருந்துதான் பெரிதும் கைகொடுக்கிறது.

35

அம்மை நோய்களைத் தடுக்கும் மருந்து!

மாசடைந்த சுற்றுச்சூழல், பொதுச்சுகாதாரக் கேடு, சுயசுத்தம் குறைவு போன்ற காரணங்களால் அம்மை நோய்கள் இந்தியா உள்ளிட்ட பல நாடுகளில் ஆண்டுதோறும் தொல்லை கொடுக்கின்றன. அம்மை நோய்களில் பலவிதம் உண்டு. தட்டம்மை, அம்மைக்கட்டு, ஜெர்மன் தட்டம்மை எனும் மூன்று நோய்களை மட்டும் இங்கு தெரிந்து கொள்வோம். இதற்கான காரணத்தைக் கட்டுரையின் கடைசியில் தெரிந்துகொள்வீர்கள்.

தட்டம்மை:

'மீசில்ஸ்' (Measles) எனும் வைரஸ் கிருமியால் இது ஏற்படுகிறது. சாதாரண தடுமக் காய்ச்சல்போலவே இந்த நோய் தொடங்கும். காய்ச்சல், மூக்கு ஒழுகல், தும்மல், இருமல், சளி, சிவந்த கண்கள், கண்ணில் வலி, கண்ணீர் வடிதல் போன்ற அறிகுறிகள் முதலில் காணப்படும். பிறகு, நெற்றி, முகம், கழுத்து, மார்பு, முதுகு, வயிறு, கை, கால்கள் ஆகிய பகுதிகளில் மணலை வாரி இறைத்ததுபோல் இளஞ்சிவப்பு நிறத்தில் வியர்க்குரு அளவுக்குத் தடிப்புகள் தோன்றும். இந்தக் காரணத்தால், இந்த நோய்க்கு 'மணல்வாரி அம்மை' என்று ஒரு செல்லப் பெயரும் உண்டு.

இது பொதுவாக குழந்தைகளைத்தான் தாக்கும். இரண்டு வாரங்களில் குணமாகிவிடும். சிலருக்கு மட்டும் வயிற்றுப்போக்கு ஏற்பட்டு ஊட்டச்சத்துக் குறைபாடு வரும். 'நிமோனியா' எனும் நுரையீரல் அழற்சி நோய் வரும். காதுக்குள் புண் ஏற்பட்டு சீழ் வடியும். மூளை அழற்சிக் காய்ச்சல் வரும். இவை அனைத்தும் ஒன்று சேர்ந்து

பாதிக்குமானால், பாதிக்கப்பட்ட குழந்தை மரணம் அடையவும் வாய்ப்புண்டு.

அம்மைக்கட்டு:

'மம்ஸ்' (Mumps) எனும் வைரஸ் கிருமியால் இது ஏற்படுகிறது. கன்னத்தில் இரு பக்கங்களில் உள்ள உமிழ்நீர்ச் சுரப்பிகளை இந்தக் கிருமிகள் பாதிக்கும்போது, அவை வீங்குகின்றன. அதுதான் அம்மைக்கட்டு. இதுவும் குழந்தைகளைப் பாதிக்கின்ற நோய்தான். காய்ச்சல், தலைவலி, உடல்வலி போன்ற அறிகுறிகளோடு இது துவங்கும். பிறகு, கன்னத்தில் உள்ள உமிழ்நீர்ச் சுரப்பிகள் இரண்டு பக்கத்திலும் பெரிதாக வீங்கும். பொதுவாக, இந்த நோயும் இரண்டு வாரங்களில் குணமாகிவிடும். என்றாலும், சிலருக்கு மட்டும் காது கேட்பதில் சிரமம் உண்டாகும். மூளை உறை அழற்சிக் காய்ச்சல் வரும். ஆண்களுக்கு விரைகளும் (Testes) பெண்களுக்குச் சினைப்பைகளும் (Ovaries) பாதிக்கப்படலாம். இவற்றின் விளைவாக பின்னாளில் மலட்டுத்தன்மை ஏற்பட்டு குழந்தை இல்லாத நிலைமை ஏற்படலாம்.

ஜெர்மன் தட்டம்மை:

'ருபெல்லா' (Rubella) எனும் வைரஸ் கிருமியால் இந்த நோய் ஏற்படுகிறது. இது குழந்தைகள், இளைஞர்கள், யுவதிகள் ஆகியோரை பாதிக்கிறது. முதலில், குறைந்த அளவில் காய்ச்சல் தொடங்கும். பிறகு, தட்டம்மை நோய்க்குறிய எல்லா அறிகுறிகளும் இதில் தோன்றும். அவற்றோடு, எலும்பு மூட்டுகளில் கடுமையான வலி ஏற்படும். இந்த நோய் கர்ப்பிணிகளைப் பாதிக்கும்போது எச்சரிக்கையாக இருக்கவேண்டும். காரணம், பெண்களுக்கு முதல் மூன்று கர்ப்ப மாதங்கள் மிக முக்கியமானவை. அப்போதுதான் கருவிலுள்ள சிசுவுக்கு உடல் உறுப்புகள் உருவாகும். இக்காலகட்டத்தில் இந்த நோய் இவர்களைத் தாக்குமானால், கரு கலைந்துவிடலாம். அல்லது குழந்தைக்குப் பிறவியிலேயே கண்புரை, காதுகேளாமை, இதயக் கோளாறுகள், மன வளர்ச்சிக் குறைவு போன்ற ஊனங்கள் ஏற்படலாம்.

டாக்டர் மோரிஸ் ஹில்மேன்

மேற்சொன்ன மூன்று தொற்றுநோய்களும் காற்று மூலம் பரவக் கூடியவை. இந்த நோய்க்கிருமிகள் நோயாளியின் மூக்கு,

மூச்சுக்குழல், வாய், தொண்டை, விழி வெண்படலம் ஆகிய உடல் பகுதிகளில் வசிக்கின்றன. நோயாளி தும்மும்போது, இருமும்போது இவை எச்சில் திவலைகளுடன் காற்றில் கலந்து, அதைச் சுவாசிக்கும் நபருக்கும் பரவிவிடும். தொடுதல் மூலமாக மிக எளிதாகப் பரவிவிடும்.

டாக்டர் பீபில்ஸ்

இந்த நோய்களுக்கு இதுவரை சிகிச்சை கண்டுபிடிக்கப்படவில்லை. என்றாலும், இவை வராமல் தடுப்பதற்குத் தடுப்பூசியைக் கண்டுபிடித்திருக்கிறார்கள். அதன் பெயர் 'எம்.எம்.ஆர். தடுப்பு ஊசி' (MMR vaccine). ஒரே ஓர் ஊசியில் மூன்று அம்மை நோய் களைத் தடுப்பதால், இதை 'மூன்று அம்மைத் தடுப்பு ஊசி' என்றும் அழைக்கிறார்கள். இத்தடுப்பூசி கண்டுபிடிக்கப்பட்ட கதையை இப்போது பார்ப்போம்.

அமெரிக்காவில் பாஸ்டன் நகரில் உள்ள குழந்தைகள் மருத்துவமனை டாக்டர்கள் பீபில்ஸ், என்டர்ஸ் எனும் இருவர் போலியோவுக்குத் தடுப்பு மருந்து கண்டுபிடிக்கும் ஆராய்ச்சியில் இருந்தனர். அப்போது மாசசூசெட்ஸ் நகரில் உள்ள ஃபே பள்ளிக் குழந்தைகளுக்கு தட்டம்மை நோய் அதிக அளவில் பரவி பல மாணவர்கள் பலியாகி யிருந்தனர். என்டர்ஸ், பீபில்ஸை அங்கு அனுப்பி மாணவர்களின் ரத்தத்தையும் தொண்டையில் சுரக்கும் சுரப்புநீரையும் பரிசோதனைக்கு எடுத்துவரப் பணித்தார். பீபில்ஸ் அவ்வாறு செய்ததோடு மட்டு மல்லாமல், அவற்றிலிருந்து தட்டம்மையை உண்டாக்கும் வைரஸைப் பிரித்தெடுத்து, அந்த வைரஸை குரங்குகளுக்குச் செலுத்தி, அவற்றின் ரத்தத்தில் தட்டம்மை வைரஸை வளரச்செய்தார். இதைத் தொடர்ந்து என்டர்ஸ் இந்த வைரஸ் கிருமிகளை குரங்கு களின் ரத்தத்திலிருந்து பிரித்தெடுத்து, தட்டம்மை தடுப்பூசியைத் தயாரித்தார். நைஜீரியாவில் இது முறைப்படி சோதனைக்கு உட்படுத்தப்பட்டு 'தட்டம்மையை இது தடுக்கிறது' என்பது உறுதியானதும் 1963ல் சந்தைக்கு வந்தது.

டாக்டர்.என்டர்ஸ்

அதே நேரம் மெர்க் நிறுவனத்தின் ஆராய்ச்சியாளர் டாக்டர் மோரிஸ் ஹில்மேன்

என்பவர் அம்மைக்கட்டுக்குத் தடுப்பூசி தயாரிப்பதில் ஆர்வமாக இருந்தார். தன் மகள் ஜெரில் லின்னுக்கு ஒருமுறை அம்மைக்கட்டு வந்ததும் அதிலிருந்து வைரஸ் கிருமிகளைச் சேகரித்து தடுப்பூசியைத் தயாரித்தார். ஆரம்பத்தில் இதை அம்மைக்கட்டு வந்தவர்களுக்கு மட்டும் தனியாகப் போட்டுவந்தார். ஒரு கட்டத்தில் இதையும் தட்டம்மைத் தடுப்பூசியையும் கலந்து ஒரே ஊசியாகப் போடலாம் என்பதை முதன் முதலில் கண்டுபிடித்துச் சொன்னார். இவருக்குப் பிறகு வந்த ஆராய்ச்சியாளர்கள் இந்தத் தடுப்பூசியில் ஜெர்மன் தட்டம்மைக்கான தடுப்பு மருந்தையும் கலந்து மூன்று அம்மை களுக்கும் ஒரே தடுப்பூசியாகப் போட்டுக் கொள்ளலாம் என்பதை 1971ல் உறுதிசெய்தனர். இதுதான் இப்போது உலக அளவில் கோடிக் கணக்கான குழந்தைகளை மூன்று கொடிய அம்மை நோய்களிலிருந்து காப்பாற்றி வருகிறது.

36

இளநரையைத் தடுக்கும் மருந்து!

தலையில் நரை முடி விழுவதை யார்தான் விரும்புவார்கள்? தலைக்கு அழகு சேர்ப்பது முடிதான். அந்த முடி கறுகறுவென்று காணப்பட வேண்டும் என்று நினைப்பதில் தவறில்லைதான். இந்த எண்ணம் நிறைவேற வேண்டுமானால் நம் உடலில் வைட்டமின் - பி5 சரியான அளவில் இருக்க வேண்டும்.

வைட்டமின் - பி5க்கு இன்னொரு பெயர் பென்டோதெனிக் அமிலம். இது எல்லா இயற்கை உணவுகளிலும் நிறைந்துள்ளது. இதனால்தான் இதற்குப் 'பென்டோதெனிக் அமிலம்' என்று பெயர் சூட்டப்பட்டது. கிரேக்க மொழியில் 'Pantothen' என்றால் 'எங்கும் நிறைந்துள்ள' என்று பொருள்.

அரிசி, கோதுமை, பயறுகள், பருப்புகள், எண்ணெய் வித்துகள், முந்திரிப் பருப்பு, பாதாம் பருப்பு, பால், வெண்ணெய், நெய், பாலாடைக்கட்டி, பீன்ஸ், தக்காளி, சோயாபீன்ஸ், நிலக்கடலை, பட்டாணி, பரங்கிக்காய் மற்றும் பச்சைநிறக் காய்கறிகளில் இந்த வைட்டமின் அதிகமாக உள்ளது. இவை தவிர உமி, தவிடு, கைக்குத்தல் அரிசி, தீட்டப்படாத கோதுமை, கீரைகள், காளான், காரட், காலிஃபிளவர், தக்காளி, உருளைக்கிழங்கு, ஓட்ஸ் ஆகிய உணவுகளிலும் இந்த வைட்டமின் உள்ளது. பேரீச்சை, ஆரஞ்சு, திராட்சை, வாழைப்பழம் போன்றவற்றிலும், ஆட்டிறைச்சி, ஈரல், முட்டை, மீன் முதலிய அசைவ உணவுகளிலும் இது அதிகமுள்ளது.

இது செய்யும் அடிப்படை வேலை, நமது இயல்பான உடல் வளர்ச்சிக்குத் துணைபுரிவது. மற்ற வைட்டமின்களைப்போல்,

உணவில் உள்ள உணவுச் சத்துகளை ஆற்றலாக மாற்றித் தருவதிலும் முக்கியப் பங்காற்றுகிறது.

உணவில் உள்ள வைட்டமின் பி5 ரத்தத்திற்குச் சென்றதும் 'கோ என்சைம் ஏ' எனும் துணை என்சைமாக மாறிவிடும். இதிலிருந்து இன்னும் சில துணை என்சைம்கள் உருவாகும். அவற்றுள் முக்கியமானவை: 1. அசிட்டைல் கோ ஏ (Acetyl CoA) 2. சக்சினில் கோ ஏ (Succinyl CoA) 3. அசைல் கோ ஏ. (Acyl CoA)4. HMG கோ ஏ. இவை திசுக்களில் உள்ள செல்களில் நிகழும் குளுக்கோஸ், அமினோ அமிலங்கள், கொழுப்பு அமிலங்கள் போன்றவற்றின் வளர்சிதை மாற்ற வினைகளில் பங்கு கொண்டு, உணவுச்சத்துகளை உடைத்து, உடலுக்கு ஆற்றலைத் தருகின்றன.

நம் நரம்பு மண்டலச் செயல்பாட்டுக்கும் வைட்டமின் - பி5 முக்கியமாகத் தேவைப்படுகிறது. ரத்தத்தில் சிவப்பணுக்கள் சரியான அளவில் உற்பத்தியாவதற்கும், ரத்தம் சீராகச் செயல்படுவதற்கும் 'ஹீமோகுளோபின்' எனும் நிறமிப் பொருள் தேவை. இந்த ஹீமோகுளோபினில் உள்ள 'ஹீம்' எனும் வேதிப்பொருள் உற்பத்தியாக வேண்டுமானால், 'சக்சினில் கோ ஏ' எனும் துணை என்சைம் தேவை. அதைத் தருவதும் வைட்டமின் - பி5தான்.

இது செய்யும் மற்றொரு மகத்தான பணி, முடி வளர்ச்சிக்கு உதவுவது. முக்கியமாக, தலைமுடி நரைக்காமல் இருக்கவேண்டுமானால், இந்த வைட்டமின் ரத்தத்தில் சரியான அளவில் இருக்கவேண்டியது அவசியம். இளநரையைத் தடுக்கும் வைட்டமின் ஒன்று உண்டென்றால், அது வைட்டமின் -பி5தான். இது எப்படிச் சாத்தியமாகிறது? பென்டோதெனிக் அமிலம் கால்சியத்துடன் இணைந்து 'கால்சியம் பென்டோதினேட்' (Calcium Pantothenate) எனும் வேதிப்பொருளாக மாறிவிடும். இது முடியின் வளர்ச்சியைத் தூண்டியும் முடியின் நிறத்துக்குத் தேவையான நிறமிகளைத் தந்தும் முடி கருமையாக வளர்வதற்கு உதவுகிறது. இதனால், இளமையிலேயே தலைமுடி நரைப்பது தடுக்கப்படுகிறது.

உடலில் வைட்டமின் - பி5 பற்றாக்குறை ஏற்படும்போது இளநரை உண்டாவது மட்டுமல்ல, 'கால் எரிச்சல் நோய்' (Burning foot syndrome). எனும் ஒரு முக்கியமான நோயும் ஏற்படுவதுண்டு. இது உள்ளவர்களுக்குக் காலில் உணர்ச்சி குறைந்திருக்கும். பாதங்களில் முள் குத்துவதுகூடத் தெரியாது. மதமதப்பாக இருக்கும். நடக்கும் போது, பஞ்சு மெத்தையில் நடப்பதுபோலிருக்கும். அடிக்கடி கால்கள் மரத்துப்போகும். போகப்போக, பாதங்களில் எரிச்சல், வலி, ஜில்லிடும் உணர்வு போன்றவை ஏற்படும். கால் தசைகள் இழுத்துக்

கொள்ளும். இப்போதும் இதைக் கவனிக்கவில்லை என்றால், பாதங்களில் ஊசி குத்துவதுபோல் வலி வேதனைப் படுத்தும். இரவு நேரங்களில் கால்கள் எரிவது போன்ற உணர்வு ஏற்படும்.

ரோகெர் ஜெ. வில்லியம்ஸ்

இந்த நோயைக் கண்டுபிடித்தது ஓர் இந்தியர் என்பதை இந்த இடத்தில் நாம் தெரிந்துகொள்ளவேண்டும். ஹைதராபாத்வாசியான டாக்டர் சி. கோபாலன் என்பவர் 1946ஆம் ஆண்டில் போர்க் கைதிகளிடமும், போர் அகதிகளிடமும் இந்த நோய் அதிகம் காணப்படுவதைக் கண்டறிந்து உலகத்திற்கு வெளிப்படுத்தினார். மற்றவர்களைவிட இவர்களுக்கு சத்துப்பற்றாக்குறை ஏற்படுவதற்கு அதிக வாய்ப்புள்ளது என்பதுதான் இதற்குக் காரணம் என்பதை நிரூபித்தார்

இளநரை உள்ள நோயாளிகளுக்கும் கால் எரிச்சலால் அவதிப்படுபவர்களுக்கும் மருத்துவர்கள் பரிந்துரைக்கும் மருந்துகளில் வைட்டமின் பி5 கட்டாயம் இருக்கும்.

இந்த மருந்தை யார், எப்படிக் கண்டுபிடித்தார்கள்?

1919ல் அமெரிக்காவைச் சேர்ந்த உயிர்வேதியியலாளர் ரோகெர் ஜெ. வில்லியம்ஸ் (Roger J Williams) என்பவர்தான் இதைக் கண்டுபிடித்தார். இவர் ஈஸ்ட் செல்களை அபரிமிதமாக வளர்ப்பதற்கு ஒரு சத்துப் பொருளைத் தேடிக்கொண்டிருந்தார். இறைச்சி, முட்டை, இலை தழைகள் மற்றும் தானியங்களை ஒன்று மாற்றி ஒன்றாகப் பரிசோதித்துப் பார்த்தார். அப்போது தற்செயலாகக் கண்டுபிடித்ததுதான், வைட்டமின் - பி5. இது எல்லா உணவுகளிலும் இருப்பதை உறுதி செய்துகொண்டார். பிறகு வைட்டமின் - பி5 பற்றாக்குறை காணப்பட்ட சுண்டெலிகளுக்கு இந்த உணவுகளைக் கொடுத்தார். அப்போது அவற்றுக்கும் நோய் குணமானது என்பது உறுதியானது.

ரோகெர் ஜெ. வில்லியம்ஸ் பிறந்தது இந்தியாவில் - அதிலும் நம் தமிழ்நாட்டில் - என்பது ஒரு வரலாற்றுச் சுவாரஸ்யம். இவருடைய அமெரிக்கப் பெற்றோர் ஊட்டியில் குடியிருந்தபோது இவர் பிறந்தார். இவருக்கு இரண்டு வயது ஆகும்போது இவருடைய பெற்றோர் அமெரிக்காவுக்குத் திரும்பினர். அங்கு கலிஃபோர்னியாவில் வளர்ந்தார்; உயர் கல்வி பயின்றார்; பல்வேறு மருத்துவ ஆராய்ச்சிகளில் ஈடுபட்டார்; இந்த வைட்டமினைக் கண்டுபிடித்தார்.

37

கருப்பைவாய்ப் புற்றுநோயை அறியும் வழி!

ஒருவருக்கு நோய் வந்துள்ளதா என்பதைத் தெரிந்துகொள்ள அவரிடம் பலதரப்பட்ட பரிசோதனைகள் செய்யப்படுவது அலோபதி மருத்துவத்தில் நடைமுறையில் உள்ளது. இதில் இருவகை உண்டு. ஒன்று, நோய் வந்த பின்பு பரிசோதிப்பது. உதாரணத்துக்கு, டெங்கு காய்ச்சல் பரிசோதனை. இதை வைத்து டெங்குவுக்கான சிகிச்சையைத் தீர்மானிக்கமுடியும். பாதிக்கப்பட்ட நபரின் நோயைக் குணப்படுத்த முடியும்; ஆனால் தடுக்க முடியாது.

மற்றொன்று, நோய் வருமுன்னர் அல்லது நோய் இருப்பது வெளியில் தெரியாமல் இருக்கும்போது அதைத் தெரிந்துகொள்ளும் பரிசோதனை. இதற்கு 'ஸ்கிரீனிங்' என்று பெயர். இதன் மூலம் நோயை அதன் ஆரம்பக்கட்டத்திலேயே கண்டுபிடித்து, சிகிச்சை செய்து, உயிருக்கு ஆபத்து வராமல் தடுத்துவிடமுடியும். ஆனால், இந்த ஸ்கிரீனிங் பரிசோதனையை குறிப்பிட்ட வயதுக்குப் பிறகு, குறிப்பிட்ட கால இடைவெளியில் கட்டாயம் செய்யவேண்டும். அப்போதுதான் இதற்கான பலன் கிடைக்கும். இதற்கு ஓர் உதாரணம், 'பாப் சிமியர்' (Pap smear) பரிசோதனை. பெண்களுக்கு ஏற்படுகிற கருப்பை வாய்ப் புற்றுநோயைக் கண்டறியும் பரிசோதனை இது.

இதைப் பற்றிய விவரங்களைத் தெரிந்துகொள்வதற்கு முன்பு கருப்பை வாய்ப் புற்றுநோய் (Uterine Cervical Cancer) குறித்தும் தெரிந்து கொள்வோமா?

'ஹியூமன் பாப்பிலோமா வைரஸ்' (Human Papilloma Virus - HPV) என்கிற கிருமி கருப்பை வாயைத் தாக்கும்போது புற்றுநோய்

வருகிறது. இந்தக் கிருமி தாம்பத்திய உறவு மூலமே பரவுகிறது. சிறிது சிறிதாக அங்குள்ள செல்களைத் தாக்கிப் புற்றுநோயை உண்டாக்குகிறது. திருமணத்துக்கு முன்பே (15 வயது முதல் அல்லது அதற்குக் கீழே) பாலுறவில் ஈடுபடும் பெண்கள், ஒன்றுக்கு மேற்பட்ட நபர்களுடன் பாலுறவு வைத்துக்கொள்ளும் பெண்கள், பால்வினை நோய்கள் உள்ள பெண்கள் ஆகியோரைத்தான் இது அதிகம் பாதிக்கும். நோய் எதிர்ப்பு சக்தி குறைந்த பெண்களுக்கு இது வருகிற வாய்ப்பு அதிகம்.

இந்த நோய் பாதித்த பெண்களுக்கு அடிவயிறு கனமாக இருக்கும். வலியுடன் கூடிய மாதவிலக்கு ஏற்படுவதும், கட்டி கட்டியாக ரத்தப் போக்கு உண்டாவதும் இந்த நோய்க்கே உரித்தான அறிகுறிகள். சிலருக்கு அசாதாரணமான வயிற்றுவலி அடிக்கடி வரும். பாலுறவின் போது அதிக வலி ஏற்படுவதும், ரத்தக்கசிவு உண்டாவதும் இந்த நோயை அடையாளம் காட்டும் மற்ற அறிகுறிகள். ஆனால், இந்த அறிகுறிகள் ஏற்படும்வரை பெண்கள் காத்திருக்கக் கூடாது.

21 வயதுக்கு மேற்பட்ட பெண்கள் இரண்டு ஆண்டு இடைவெளியில் ‘பாப் ஸ்மியர்’ பரிசோதனையைச் செய்துகொள்வது நல்லது. 65 வயது வரை இதை மேற்கொள்ள முடியும். மாதவிலக்கு முடிந்து 7 முதல் 14 நாட்களுக்குள் இந்தச் சோதனையைச் செய்துகொள்ளலாம். கருப்பை வாயில் சுரக்கிற சுரப்பு நீரைப் பரிசோதித்து நோயை அறியும் மிக எளிய பரிசோதனை இது. இதில் வலி இல்லை. அறுவைச் சிகிச்சை இல்லை. செலவும் அதிகமில்லை. இது கருப்பை வாய்ப் புற்றுநோயை ஆரம்ப நிலையிலேயே கண்டறிந்துவிடும். இதன் மூலம் உயிரிழப்பைத் தடுக்க முடியும்.

1928ல் இதைக் கண்டுபிடித்தவர் டாக்டர் ஜார்ஜ் நிகோலஸ் பப்பானிக்கோலா எனும் அமெரிக்க வாழ் கிரேக்க ஆராய்ச்சியாளர். இவரது காலத்தில் கருப்பை தொடர்பான நோய்களைப் பரிசோதித்துத் தெரிந்துகொள்ள கால்ப்போஸ்கோப்பி எனும் கருவி மூலம் கருப்பைச் சுவரிலிருந்து சிறிதளவு திசுவை வெட்டி எடுத்து, ஆய்வகத்துக்கு அனுப்பிவைப்பது வழக்கம். இதன் முடிவு தெரிய பத்து நாட்கள் வரை ஆகும். இந்தப் பரிசோதனையைச் செய்யும்போது பலருக்கும் நோய் முற்றிய நிலையில் இருக்கும். அப்போது அவர்களுக்கு சிகிச்சை கொடுத்தாலும் நோய் குணமாகுமா என்று சந்தேகப்படும்படி யாகத்தான் இருக்கும். இந்த நிலைமையை மாற்றவேண்டும் என்றும், கருப்பை வாய்ப் புற்றுநோயை ஆரம்ப நிலையிலேயே கண்டறிய வேண்டியது அவசியம் என்றும் மருத்துவத்துறையினர் பல்வேறு ஆராய்ச்சிகளை முடுக்கிவிட்டனர்.

நிகோலஸ் பப்பானிக்கோலா

இந்த நேரத்தில் நிகோலஸ் பப்பானிக் கோலா கினி பன்றிகளை வைத்து விலங்குகளின் உடலில் ஏற்படுகிற செக்ஸ் ஹார்மோன் மாற்றங்கள் குறித்து பல ஆராய்ச்சிகளை செய்து வந்தார். குறிப்பாக, மாதவிலக்கு நாட்களில் பன்றிகளின் பெண்ணுறுப்பு செல்களில் என்ன மாதிரியான மாற்றங்கள் ஏற்படுகின்றன என்று விரிவாக ஆராய்ச்சிசெய்துகொண்டிருந்தார். இந்த அடிப்படை மாற்றங்களை வைத்து பெண் பன்றி கர்ப்பமாகி உள்ளதா, இல்லையா என்பதை ஆரம்ப நிலையிலேயே கண்டுபிடிக்க முடியும் என்று தெரிந்து கொண்டார்.

இதைத் தொடர்ந்து இதே ஆராய்ச்சியை மனிதர்களின் உடலிலும் செய்து பார்க்க விரும்பினார். ஆனால் அவரது ஆராய்ச்சிக்கு உதவ வெளியிலிருந்து பெண்கள் வருவதற்குத் தயங்கினர். எனவே, மனைவி மேரியின் கருப்பையையே தன் ஆராய்ச்சிக்களமாக அமைத்துக்கொண்டார். இதில் ஓரளவு வெற்றி கிடைத்ததும், நியூயார்க்கில் இருக்கும் 'பெண்கள் மருத்துவமனை'யுடன் தன் ஆராய்ச்சியை இணைத்துக்கொண்டார். அங்கு பணிபுரிந்த பன்னிரண்டு பெண்களின் பிறப்புறுப்புகளின் செல்களை ஆராய்ச்சி செய்து, 1925ல் முதன் முதலில் பெண்கள் கர்ப்பம் அடைந்துள்ளார்களா என்பதை மிக ஆரம்ப நிலையிலேயே கருப்பை செல்களைப் பார்த்து சொல்லிவிடலாம் என்பதை நிரூபித்தார்.

இதற்குப் பிறகு வலியுடன் கூடிய மாதவிலக்கு, அதீத மாதவிலக்கு, வெள்ளைபடுதல் போன்ற கருப்பை நோய்களால் பாதிக்கப்பட்ட பெண்களிடமும் தன் ஆராய்ச்சியைத் தொடர்ந்தார் இவர். அப்போது பலரது கருப்பை செல்களில் இயற்கைக்கு மாறாக புதிய மாற்றங்கள் காணப்பட்டதைக் கண்டு அதிர்ச்சியடைந்தார். இந்த செல்கள் புற்றுநோய் செல்கள் என்பதைப் புரிந்துகொண்டார். எனவே, இந்தப் பரிசோதனை மூலம் கருப்பை வாய்ப் புற்றுநோயை அதன் ஆரம்பத்திலேயே கண்டுபிடித்துவிட முடியும் என்பதை அவர் தெளிவுபடுத்தினார். தான் கண்டுபிடித்த அந்தப் பரிசோதனைக்கு 'பாப் சிமியர்' என்று பெயரிட்டார். இதுதான் இன்றைக்குப் பல கோடிப் பெண்களைக் கருப்பை வாய்ப் புற்றுநோயிலிருந்து காப்பாற்றி வருகிறது.

38

சுகப்பிரசவத்துக்கு உதவும் மருந்து!

ஆக்சிடோசின்.

இது பெண்களுக்குச் சுரக்கும் முக்கியமான ஹார்மோன் என்று சொல்வதைவிட, பால் சுரப்பதை அதிகப்படுத்த கறவை மாடுகளுக்குப் போடப்படும் ஊசி மருந்து என்று சொன்னால் பலருக்கும் புரியும். அந்த அளவுக்கு இந்தியாவில் இந்த அரிய மருந்து தவறாகப் பயன்படுகிறது.

இது பெண்களின் மூளைக்குள் உள்ள பிட்யூட்டரி சுரப்பியின் பின்பகுதியிலிருந்து சுரக்கிறது. முக்கியமாக, குழந்தை பிரசவமாகும் போதும், தாய்ப்பால் குடிக்கும்போதும் இது அதிக அளவில் சுரக்கிறது. தாம்பத்திய உறவின்போது பெண்களுக்கு இது அளவோடு சுரந்து தாம்பத்தியத்தை இனிமையாக்குகிறது. பிரசவ நேரத்தில் இது சரியாகச் சுரந்து, கர்ப்பப்பைத் தசைகளைச் சுருங்க வைத்து, சுகப் பிரசவத்துக்கு வழி செய்வதால், இதை 'அதிவேக பிரசவ ஹார்மோன்' (Rapid birth hormone) என்றும் அழைக்கிறார்கள். பிரசவத்தின்போது தாயின் பிறப்புறுப்பில் அதிக ரத்தப்போக்கு ஏற்படாமல் தடுப்பதும் இதுதான். பிறந்த குழந்தை தாய்ப்பால் குடிக்கத் தொடங்கும்போது தாயின் மார்பில் பாலைச் சுரக்கச்செய்வதும் இதுதான்.

பிரசவத்துக்கும் ஆக்சிடோசின் ஹார்மோனுக்கும் உள்ள தொடர்பைத் தெரிந்துகொள்வதற்கு முன்னால், இயற்கைப் பிரசவம் எப்படி நிகழ்கிறது என்பதைப் பார்த்துவிடலாம்.

கர்ப்பம் தரித்துள்ள ஒரு கர்ப்பப்பை குறிப்பிட்ட நாளில் சுருங்கி குழந்தை பிறப்பதைச் சுகப் பிரசவம் என்கிறோம். சாதாரணமாக மனித

சர் ஹென்றி டேல்

கர்ப்பம் 280 நாட்கள் அல்லது 40 வாரங்கள் நீடிக்கும். ஒரு கர்ப்பிணிக்கு 37 வாரங்கள் முடிந்து விட்டாலே, அவர் பிரசவத்துக்குத் தயாராகி விட்டார் என்றுதான் கருத வேண்டும்.

கர்ப்பிணியும் ஆரோக்கியமாக இருந்து, குழந்தையின் வளர்ச்சியும் சரியாக இருந்தால், எதிர்பார்த்த தேதிக்கு ஒரு வாரம் முன்னதாகவோ, பின்னதாகவோ குழந்தை பிறப்பது இயல்பானது. இந்தக் காலகட்டத்தில் பிரசவம் ஆவதற்கான அறிகுறிகள் தோன்றத் தொடங்கும். அவற்றைத் தெரிந்துகொண்டு கர்ப்பிணிகள் மருத்துவமனைக்குச் செல்லவேண்டும். கர்ப்பப்பை சுருங்கி விரியும் போது ஒருவித வலி சீரான இடைவெளியில் உண்டாகும். இதுதான் பிரசவ வலி. இது இடுப்பு வலியாகவோ, மாதவிலக்கு காலங்களில் ஏற்படுகிற தீவிர வலி போலவோ உணரப்படலாம். நேரம் ஆக ஆக இந்த வலி ஏற்படும் கால இடைவெளிகள் குறைந்து, வலி தீவிரமாகும்.

இந்தச் சமயத்தில் கர்ப்பப்பையின் வாய் முதலில் மெலிதாகும்; பிறகு சிறிது சிறிதாக விரிவடையும். பிரசவ வலி அதிகரிக்க அதிகரிக்க கர்ப்பப்பை வாய் வேகமாகவும் அதிகமாகவும் விரிவடையும். அது முழுவதுமாக விரிந்து திறந்ததும் கர்ப்பப்பையில் உள்ள குழந்தை பிறப்புப் பாதைக்குச் செல்லத் தொடங்கும். இப்போது கர்ப்பிணியின் பிறப்புறுப்பு வழியாக லேசான ரத்தக்கசிவு வெளிப்படும். இதைத் தொடர்ந்து குழந்தையைச் சுற்றியுள்ள பனிக்குடம் உடைந்து, கர்ப்பிணியின் பிறப்புறுப்பிலிருந்து தண்ணீர் போன்ற திரவம் வெளிவரும். இப்போது கர்ப்பிணியானவர் மூச்சை நன்கு உள்வாங்கிக் கொண்டு பலம் கொண்ட மட்டும் முக்கினால் குழந்தை பிறந்துவிடும். இதற்குப் பிறகு குழந்தையின் தொப்புள் கொடியிலிருந்து நஞ்சுக் கொடி பிரித்து எடுக்கப்படும். இதுதான் சுகப் பிரசவம்.

வழக்கத்தில், கர்ப்பப்பையில் குழந்தை முழுமையாக வளர்ந்ததும் இயற்கையாகவே பெண்களின் உடலில் ஆக்சிடோசின் சுரக்கிறது. இதுதான் கர்ப்பப்பையைச் சுருங்கவைத்துப் பிரசவம் ஏற்பட வழிசெய்கிறது. இந்தச் செயல் தாமதமாகும்போது செயற்கையாக பிரசவ வலியைத் தூண்டவேண்டிய கட்டாயம் ஏற்படுகிறது. உலகெங்கிலும் பிரசவ வலியைத் தூண்டுவதற்கு ஆக்சிடோசின்

வில்லியம் பிளேர் பெல்

மருந்துதான் கைகொடுக்கிறது. இதை ஊசி மூலம் உடலுக்குள் செலுத்திப் பிரசவம் நடப்பதற்கு ஏற்பாடு செய்கிறார்கள் மருத்துவர்கள்.

பொதுவாக இந்த மருந்தைக் குறைந்த அளவில் கொடுக்கத் தொடங்கி, கொஞ்சம் கொஞ்சமாக அளவை அதிகரித்து, கருப்பை நன்றாக விரிந்து சுருங்கும்வரைக் கொடுப்பார்கள். அதேவேளையில் கர்ப்பப்பை அதிகமாகச் சுருங்கி விடாமலும் இந்த மருந்தின் அளவைக் கட்டுப்படுத்திக்கொள்வார்கள்.

உலகில் ஒவ்வொரு கர்ப்பிணிக்கும் சுகப் பிரசவம் ஏற்படுவதற்கு மிகவும் உதவுகின்ற இந்த ஹார்மோன் மருந்தை யார், எப்படிக் கண்டுபிடித்தார்கள், தெரியுமா?

*1906*ல் இந்த ஹார்மோன் கண்டுபிடிப்புக்கு ஆரம்ப விதை போட்டவர் இங்கிலாந்து உடல் செயலியலாளர் சர் ஹென்றி டேல் என்பவர். அவர் ஒருமுறை எருதுகளின் பின் பிட்யூட்டரிச் சுரப்பியிலிருந்து ஒரு திரவத்தைப் பிழிந்து எடுத்து கர்ப்பமான பூனைகளுக்கும் நாய்களுக்கும் செலுத்திப் பார்த்தார். கடினமான பிரசவம் என்று கருதப்பட்ட இவ்வின விலங்குகள் பலவும் மிக எளிதாகப் பிரசவித்தன. அதற்குக் காரணத்தைத் தேடினார். கர்ப்பமான கர்ப்பப்பையைச் சுருங்கவைக்கும் தன்மை இந்தத் திரவத்துக்கு உள்ளது என்று தெரிந்து கொண்டார். ஆனால், இதைச் சுத்தப்படுத்த வழி தெரியாத காரணத்தால் அவரால் இதைக் கர்ப்பிணிகளுக்குப் பயன்படுத்த முடியவில்லை.

இவரைத் தொடர்ந்து மற்றொரு இங்கிலாந்து விஞ்ஞானி வில்லியம் பிளேர் பெல் என்பவர் இந்தத் திரவத்துக்குத் தாய்ப் பால் சுரப்பை அதிகரிக்கும் குணமும் உள்ளது என்று கண்டுபிடித்து, 'இன்ஃபன்டிபுலின்' என்று ஒரு பெயரும் வைத்தார். ஆனால் இவராலும் இதை மனிதர்களுக்குப் பயன்படுத்தமுடியவில்லை. *1928*ல் ஆலிவர் காம் என்பவர்தான் முதன்முதலில் இதைச் சுத்தப்படுத்தி மனிதப் பயன்பாட்டுக்குக் கொண்டு வந்தார். இதற்கு 'ஆக்சிடோசின்' என்ற பெயருமிட்டார்.

வின்சன்ட் டு
விக்னியாட்

1950ல் வின்சன்ட் டு விக்னியாட் எனும் அமெரிக்க உயிர்வேதியிலாளர் இதன் வேதிக்கட்டமைப்பைக் கண்டுபிடித்தார். இது ஒன்பது அமினோ அமிலக்கூறுகளால் ஆனது என்றும் பாலிபெப்டைடு எனும் வேதி அமைப்பில் உருவாகிறது என்றும் கண்டுபிடித்தார். 1953ல் இவரே இந்த ஹார்மோனை செயற்கையாக தயாரிக்கவும் முன்வந்தார். உலகில் செயற்கை முறையில் தயாரிக்கப்பட்ட பாலிபெப்டைடுகளால் ஆன முதல் ஹார்மோன் மருந்து இதுதான் என்ற சிறப்பையும் பெற்றது. 1955ல் இந்தக் கண்டுபிடிப்புக்காக இவருக்கு நோபல் பரிசு கிடைத்தது. இவர் தயாரிப்பில் உருவான ஆக்சிடோசின் மருந்துதான் இன்றைக்கும் பல கோடி கர்ப்பிணிகளுக்கு சுகப் பிரசவம் ஏற்பட வழிசெய்கிறது.

39

ஜிகா நோயைத் தடுக்கும் மருந்து!

ஜிகா வைரஸ்.

இந்த இரட்டைச் சொற்கள் இன்று உலகத்தையே பீதிக்கு உள்ளாக்கியுள்ளன. சில ஆண்டுகளுக்கு முன்னால் பறவைக் காய்ச்சல், பன்றிக் காய்ச்சல் வந்து பயமுறுத்தின. கடந்த ஆண்டில் மேற்கு ஆப்பிரிக்க நாடுகளில் எபோலாவும் மெர்ஸ் நோயும் பரவி உலக நாடுகளை ரொம்பவே அச்சுறுத்தியது. இந்த ஆண்டில் தென் அமெரிக்கா, வட அமெரிக்கா, கரீபியன் பகுதிகளில் பரவி வரும் 'ஜிகா' எனும் புதிய வைரஸ், இந்தியா உள்ளிட்ட உலக நாடுகள் அனைத்திலும் பரவிவிடுமோ என்கிற அச்சத்தை உண்டுபண்ணியுள்ளது.

அது என்ன ஜிகா வைரஸ்?

டெங்கு வைரஸ் குடும்பத்தைச் சேர்ந்தது ஜிகா வைரஸ். இது ஏற்படுத்துகிற நோய்க்கு ஜிகா வைரஸ் நோய் (Zika virus disease) என்று பெயர். முதன் முதலில் உகாண்டா நாட்டில் ஜிகா காடுகளில் வாழ்ந்த 'ரீசஸ் மக்காக்' (Rhesus macaque) எனும் குரங்குகளிடம் இந்த நோய் காணப்பட்டதை 1947-ம் ஆண்டு ஏப்ரல் மாதம் 'மஞ்சள் காய்ச்சல் ஆராய்ச்சி நிறுவன'த்தின் விஞ்ஞானிகள் கண்டறிந்தனர். அப்போது அவர்களுக்கு இந்த நோய்க்கான காரணம் தெரியவில்லை. 1952-ம் ஆண்டில் இந்த நோயால் பாதிக்கப்பட்ட குரங்குகளின் ரத்த மாதிரியிலிருந்து ஜிகா வைரஸைப் பிரித்தெடுத்து, நோய்க்கான காரணத்தை உறுதி செய்தனர். ஜிகா காடுகளில் இந்த வைரஸ்கள் காணப்பட்டதால், இவற்றுக்கு 'ஜிகா வைரஸ்' என்று பெயரிட்டனர்.

ஆரம்பத்தில் இது ஒரு விலங்கின நோய் என்றுதான் கருதப்பட்டது. ஆனால் இது குரங்குகளிடமிருந்து மனிதனுக்கும் பரவக்கூடியது என்பதை 1968ல் நைஜீரியாவில் வாழ்ந்த ஒரு நோயாளியிடம் கண்டுபிடித்தனர். 1951க்கும் 1981க்கும் இடைப்பட்ட காலத்தில் உகாண்டா, கேபான், சியாரா லியோன், மத்திய ஆப்பிரிக்கா, டான்சினியா, காங்கோ உள்ளிட்ட பல ஆப்பிரிக்க நாடுகளில் அவ்வப்போது இந்த நோய் பரவுவதும், இடையிடையே பதுங்குவதுமாக இருந்தது. அண்மையில் இது ஆப்பிரிக்க நாடுகளில் மட்டுமல்லாமல், அமெரிக்காவில் பிரேசில் உள்ளிட்ட பல பகுதிகளில் இது வேகமாகப் பரவி வருகிறது.

டெங்கு, சிக்குன்குனியா கிருமிகளைப் பரப்புகிற 'ஏடஸ் எஜிப்தி' எனும் கொசுக்கள்தான் ஜியா கிருமிகளையும் பரப்பி வருகின்றன. இந்தக் கொசுக்கள் கடித்த ஒரு வாரத்தில் நோய் தொடங்கிவிடும். இது தவிர, கர்ப்பிணியிடமிருந்து குழந்தைக்கும் இது பரவுகிறது. இந்தக் கிருமி உள்ளவர்கள் ரத்ததானம் செய்தால் அதன் மூலமும் மற்றவர்களுக்குப் பரவ வாய்ப்புள்ளது. தாம்பத்திய உறவு மூலமும் இது பரவக்கூடியது.

இதனால் பாதிக்கப்பட்டவருக்கு மிதமான காய்ச்சல் வரும். மூட்டுவலி கடுமையாக இருக்கும். தலைவலி தொல்லை தரும். கண்களில் எரிச்சல் ஏற்படும். ஒவ்வாமை ஏற்படும்போது சொறிந்தால் தோல் சிவப்பதைப்போல உடலெங்கும் சிவப்பு நிறத் தடிப்புகள் உண்டாகும். கண்கள் இரண்டும் ஆப்பிள் பழம்போல் சிவந்துவிடும். இதுதான் இந்த நோயை இனங்காட்டும் முக்கிய அறிகுறி. இதுவரை சொன்ன அறிகுறிகளில் கண்கள் சிவப்பது தவிர மற்றவை எல்லாமே சாதாரண வைரஸ் காய்ச்சலிலும் தோன்றும் என்பதால் பலரும் இந்த நோயை அலட்சியப்படுத்திவிடுகிறார்கள்.

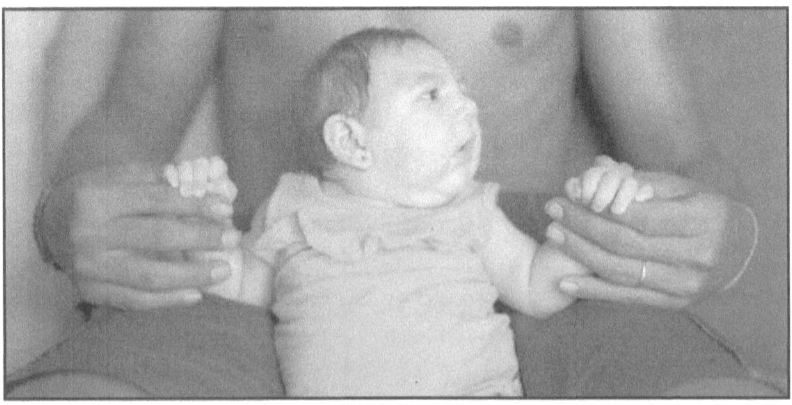

டாக்டர் கிருஷ்ணா எல்லா

இந்த நோய் ஏற்பட்டவர்களில் ஐந்தில் ஒருவருக்கு மூளை பாதிக்கப்படுகிறது. 'கில்லன் பாரி நோய்' (Guillain - Barre Syndrome) என்று அழைக்கப்படுகிற நரம்புவாதம் ஏற்பட்டு உடல் முழுவதும் செயலிழந்து முடமாகி விடுகின்றனர். சமயங்களில் இது இறப்புக்கும் வழிவகுக்கும். இது கர்ப்பிணிகளைத் தாக்கினால் அவர்களுக்குப் பிறக்கும் குழந்தைகள் பல குறைபாடுகளுடன் பிறக்கின்றன. அவற்றில் முக்கியமானது சிறிய தலையுடன் (Microcephaly) பிறக்கிற குழந்தைகள். இவர்களுக்கு மூளை வளர்ச்சி தடுக்கப்படுகிறது; மத்திய நரம்பு மண்டலம் வேலை செய்வதில்லை; கண்கள் பாதிக்கப்படுகின்றன. இந்தக் குழந்தைகள் அறிவு வளர்ச்சி இல்லாமலேயே வாழவேண்டிய நிலைமைதான் இந்த நோயின் உச்சக்கட்டக் கொடூரம்.

இதற்குச் சிகிச்சை தர மருந்துகளோ, வருமுன் காப்பதற்குத் தடுப்பு ஊசிகளோ, தடுப்பு மருந்துகளோ இப்போதைக்கு இல்லை என்பது தான் சோகம். இந்தச் சூழலில் இதற்குத் தடுப்பூசியைக் கண்டுபிடித்து விட்டோம் என ஹைதராபாத்தில் இயங்கி வருகிற 'பாரத் பயோடெக் இன்டெர்னேஷனல் லிமிடெட்' எனும் இந்திய மருந்து நிறுவனம் அறிவித்துள்ள செய்தி நம் வயிற்றில் பால்வார்த்ததுபோல் உள்ளது.

இதன் தலைவர் டாக்டர் கிருஷ்ணா எல்லா, இந்தக் கண்டுபிடிப்பு குறித்து சொல்லும்போது, 'உலகில் ஜிகா வைரஸுக்கு எதிராக தடுப்பு மருந்தை முதன்முதலில் கண்டுபிடிக்கப்பட்டுள்ளது இந்தியாவில்தான். இந்த வைரஸ் தாக்குதல் பெரிய அளவில் தொடங்குவதற்கு முன்பே அதிகாரப்பூர்வமாக ஜிகா வைரஸ் மாதிரிகளை இறக்குமதி செய்து, அதற்கு 'ஜிகாவேக்' எனும் பெயரில் இரண்டு விதமான தடுப்பு மருந்துகளை உருவாக்கியுள்ளோம். டாக்டர் சுமதியின் தலைமையில் இரண்டு ஆண்டுகளுக்கு முன்பே இந்த ஆராய்ச்சியைத் தொடங்கி விட்டோம். மரபணுப் பொறியியல் தொழில்நுட்பத்தில் 'மறுசேர்க்கை டி.என்.ஏ. மரபணுத் தடுப்பூசி' (Recombinant DNA vaccine) தயாரிப்பு முறையில் ஒன்றும், ஜிகா வைரஸ்களை வீரியம் இழக்கச்செய்து அந்த வைரஸ்களையே தடுப்பு மருந்தாகப் பயன்படுத்தி 'உயிரற்ற நுண்ணுயிரித் தடுப்பூசி' (Killed vaccines or inactivated vaccine) ஒன்றும் கண்டுபிடித்துள்ளோம். ஒரு டோஸ் மருந்தில் ஜிகா நோய் தடுக்கப்பட்டுவிடும் என்பது இதன் சிறப்பு.

முதல்கட்ட பரிசோதனைக்கு இதை விலங்குகளுக்குச் செலுத்தி அதன் முடிவுகளை ஆய்வு செய்த பிறகு, மனிதர்களுக்கு இதைக் கொடுத்துப் பரிசோதிக்க இந்திய மருத்துவ ஆராய்ச்சிக் கழகத்தின் அனுமதியைக் கேட்டுள்ளோம்' என்றார். இது விற்பனைக்கு வர இன்னும் சில மாதங்கள் ஆகலாம் என்றாலும், உலக அளவில் ஜிகா வைரஸ் தாக்குதலைத் தடுக்கும் முதல் தடுப்பு மருந்து இந்தியாவில் தயாரிக்கப் படுகிறது என்ற சிறப்பைப் பெற்றுள்ளது ஜிகாவேக். வரவேற்போம்.

40

காலராவைத் தடுக்கும் மருந்து!

காலரா என்றாலே 'காலன் வந்துவிட்டான்' என்று வயிற்றைக் கலக்கிய காலம் ஒன்று இருந்தது. நவீன மருத்துவத்தில் ஏற்பட்டுள்ள தொழில்நுட்ப வளர்ச்சி காரணமாக இன்று அந்த நிலைமை மாறிவிட்டது. காலராவைக் கட்டுப்படுத்த ஆன்டிபயாடிக் மருந்துகளும், அதை வரவிடாமல் தடுக்க தடுப்புச் சொட்டு மருந்தும், தடுப்பு ஊசியும் கண்டுபிடிக்கப்பட்டு நடைமுறையில் உள்ளன. அந்த விவரங்களைச் சொல்வதற்கு முன்னால், காலராவைப் பற்றியும் சொல்லிவிடுகிறேன்.

'விப்ரியோ காலரே' (Vibrio cholerae) எனும் பாக்டீரியாவால் ஏற்படுகிற நோய்க்குக் 'காலரா' என்று பெயர். குழந்தைகள் முதல் முதியோர்வரை வயது வித்தியாசமின்றி அனைவரையும் பாதித்து, மரணத்துக்கு அழைத்துச் செல்கிற ஒரு கொடிய நோய் இது. உலக அளவில், ஆண்டுதோறும் சுமார் 50 லட்சம் பேர் காலராவால் பாதிக்கப்படுகிறார்கள். அவர்களில் சுமார் ஒன்றரை லட்சம் பேர் இறந்துவிடுகிறார்கள். இந்தியாவில் ஆண்டுதோறும் சுமார் 20 ஆயிரம் பேருக்கு காலரா ஏற்படுகிறது.

இது ஒரு நோயாளியிடமிருந்து மற்றவர்களுக்குப் பரவுகிறது. இந்தக் கிருமிகள் நோயாளியின் மலத்தில் வசிக்கும். மலத்தில் உட்காரும் ஈக்கள், கிருமிகளைச் சுமந்து கொண்டு, மக்கள் பயன்படுத்தும் குடிநீர் மற்றும் உணவுக்குக் கொண்டுவரும். அந்த மாசுபட்ட உணவையும் குடிநீரையும் உபயோகப்படுத்துபவர்களுக்குக் காலரா ஏற்படுகிறது. இது மட்டுமல்லாமல் கழிவுநீர்க் கால்வாய்களும், சாக்கடைகளும் குளம், குட்டை, ஏரி, நதி போன்றவற்றில் கலந்து அவற்றையும் அசுத்தப்படுத்து கின்றன. இந்த நீர்நிலைகளைக் குளிக்கவும் குடிக்கவும்

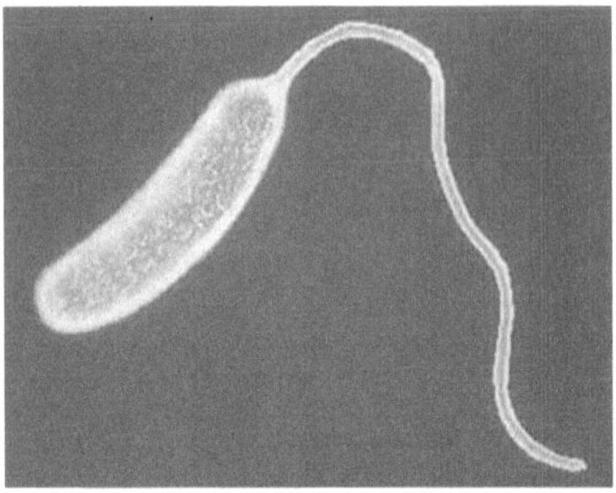

காலரா கிருமி

பயன்படுத்துபவர்களுக்குக் காலரா ஏற்படும். இந்தியாவில் காலரா ஒரு கொள்ளை நோயாகப் பரவுவதற்கு இதுதான் காரணம்.

திடீரெனத் தொடங்கும் அதிக வயிற்றுப்போக்கு, கடுமையான வாந்தி போன்றவை காலராவின் முக்கிய அறிகுறிகள். தண்ணீர் பீச்சி அடிப்பதுபோல் மலம் போகும். மலம் பார்ப்பதற்குச் 'சோறு வடித்த தண்ணீர்' போல் இருக்கும். வாந்தி, வயிற்றுப்போக்குக் காரணமாக உடலில் உள்ள நீர்ச்சத்து மிக விரைவில் குறைந்து போவதால், நாக்கு உலர்ந்து, தாகம் எடுக்கும். கன்னம், வயிறு ஒட்டிப்போகும். சிறுநீர் பிரிவது குறையும். மயக்கம் வரும். இதற்குரிய சிகிச்சை கிடைக்காமல் போனால், பாதிக்கப்பட்டவர் மரணத்தையும் தழுவ நேரலாம்.

காலராவைத் தடுக்க தடுப்பு மருந்தும் தடுப்பு ஊசியும் உள்ளன. கும்பமேளா, மதுரைச் சித்திரைத் திருவிழா, கும்பகோணம் மகாமகம் போன்ற மக்கள் கூடும் விழாக் காலங்களிலும், வறட்சிக்குப் பிறகு திடீரெனத் துவங்கும் பருவ மழைக்காலத்தின்போதும் காலரா பரவுவதுண்டு. இந்தக் காலக்கட்டங்களில் மக்கள் அனைவரும் காலரா தடுப்பு மருந்தை அவசியம் எடுத்துக்கொள்ளவேண்டும் அல்லது தடுப்பு ஊசியைப் போட்டுக்கொள்ளவேண்டும்.

காலராவுக்குத் தடுப்பூசியைக் கண்டுபிடித்ததில் ஒரு சுவாரஸ்யம் உண்டு. வோல்ஃப் காஃப்கின் எனும் ரஷ்ய விஞ்ஞானி நாட்டில் ஏற்பட்ட மதக்கலவரங்களால் தாய்நாட்டிலிருந்து துரத்தியடிக்கப் பட்டவர். 1888ல் இவர் முதலில் சுவிட்சர்லாந்துக்குச் சென்று ஜெனிவா பல்கலைக்கழகத்தில் ஒரு வருடம் வேலை பார்த்தார். அங்கிருந்து பாரிஸ் நகரில் உள்ள பாய்ச்சர் இன்ஸ்டிடியூட்டில் 1889ல் வேலைக்குச் சேர்ந்தார். அவர் முதலில் நூலகர் வேலைக்குத்தான் சேர்ந்தார். இவருடைய ஆராய்ச்சி மூளையைக் கண்டுகொண்ட அதன் நிறுவனத் தலைவர் எமைல் ரோச் என்பவர் இவரை தன்னுடைய உதவியாளராக அமர்த்திக்கொண்டார்.

அப்போது பாய்ச்சர் நிறுவனம் காலராவுக்குத் தடுப்பூசி கண்டு பிடிக்கும் முயற்சியில் இறங்கி இருந்தது. இதில் தன்னை இணைத்துக் கொண்ட காஃப்கின், காலரா கிருமிகளை கடுமையான வெப்பத்தில்

பலமுறை உட்படுத்தி அவற்றின் வீரியத்தைக் குறைத்துவிட்டால், அந்தக் கிருமிகளைத் தடுப்பு ஊசிக்குப் பயன்படுத்த முடியும் என்பதை 1892ல் கண்டுபிடித்தார்.

வோல்ஃப் காஃப்கின்

இவர் முதலில் விலங்குகளுக்கு இதைத் தடுப்பூசியாகப் பயன்படுத்தினார். பிறகு, மனிதர்களுக்குப் பரிசோதித்துப் பார்க்க விரும்பினார். அதற்கு அப்போது யாரும் உடன்படவில்லை. எனவே, தனக்குத்தானே தடுப்பூசி போட்டுக்கொண்டார். ஒருமுறை இல்லை; இருமுறை இல்லை; மொத்தம் நான்குமுறை அப்படிப் போட்டுக் கொண்டார். இதன் மூலம் இதை மனிதர்களுக்கும் பயன்படுத்தலாம் என்பதை உறுதி செய்தார். என்றாலும், நாட்டில் காலரா நோய் ஒரு கொள்ளை நோயாகப் பரவும் காலத்தில் இதைப் பயன்படுத்திப் பார்க்க ஒரு வாய்ப்பை எதிர்பார்த்துக் காத்திருந்தார். அந்த வாய்ப்பும் வந்தது.

1893ல் இந்தியாவில் பல பகுதிகளில் காலரா மோசமாகப் பரவி ஆயிரக்கணக்கில் மக்கள் உயிரிழந்து போயினர். அப்போது ஆங்கிலேயர் ஆட்சியில் இருந்த இந்திய அரசு காஃப்கினை இந்தியாவுக்கு வரவழைத்தது. கல்கத்தாவைத் தலைமை இடமாகக் கொண்டு மேற்கு வங்காளம், பஞ்சாப், அஸ்ஸாம் எனப் பல மாநிலங்களில், தான் கண்டுபிடித்த தடுப்பூசியைப் பொதுமக்களுக்குப் போட்டார். இதைப் போட்டுக்கொண்ட சுமார் 25 ஆயிரம் பேருக்கு காலரா வரவில்லை என்பதையும், இதைப் போட மறுத்தவர்கள் பல பேர் இந்த நோயால் மரணமடைந்தனர் என்பதையும் அரசுக்குப் புள்ளி விவரம் தந்தார். 1896வரை இந்தியாவில் இதைப் பயன்படுத்தி வெற்றியை உறுதி செய்த பிறகுதான் இதை விற்பனை செய்ய பாய்ச்சர் நிறுவனத்துக்கு அனுமதி கொடுத்தார். பாக்டீரியா கிருமிகளுக்கு எதிராக முதன் முதலில் உலகில் ஒரு தடுப்பூசி கண்டுபிடிக்கப்பட்டது என்றால், அது இந்த நோய்க்குத்தான். இந்தச் சாதனையைச் செய்தவர் காஃப்கின் என்ற புகழைப் பெற்றார். இந்த நேரத்தில் இவருக்கு மலேரியா தாக்கியதால், நாடு திரும்பினார்.

அடுத்து 1896ம் ஆண்டின் இறுதியில் இந்தியாவில் பிளேக் நோய் கடுமையாகப் பரவியது. ஏற்கெனவே காலரா தடுப்புப் பணியில் இவருடைய அறிவாற்றலை உணர்ந்திருந்த இந்திய அரசாங்கம் மீண்டும் இவரை இந்தியாவுக்கு வரவழைத்தது. பிளேக் நோய்க்கும் இவர் தடுப்பூசி கண்டுபிடித்து ஆச்சரியப்படுத்தினார். இப்படி இந்தியாவில் இவர் மேற்கொண்ட மருத்துவ சேவையை நினைவுபடுத்தும் விதமாக பம்பாயில் இருந்த பிளேக் ஆராய்ச்சி நிறுவனத்துக்கு இவர் பெயர் சூட்டப்பட்டது.

41

‘எண்டோஸ்கோப்பி’ பிறந்த வரலாறு!

அலோபதி மருத்துவத்தில் ஏற்பட்டிருக்கும் அதிநவீன தொழில் நுட்ப வசதிகளில் ‘எண்டோஸ்கோப்பி’யின் (Endoscopy) வரவு மிகவும் முக்கியமானது. அறுவை சிகிச்சை எதுவும் செய்யப்படாமல் நம் உடலுக்குள் இருக்கும் நோய்களை வெளியிலிருந்தே கண்டறியும் பரிசோதனைமுறை இது.

இதை ஒரு ‘உள்நோக்கல் கருவி’ என்று சொல்கிறோம் நாங்கள். அதாவது, நம் உடலில் இயற்கையாகவே அமைந்துள்ள துவாரங்கள் வழியாக (வாய், காது, மூக்கு, தொண்டை, காது, ஆசனவாய், சிறுநீர்க்குழாய்) வயிறு மற்றும் உடலின் உள்ளுறுப்புகளைக் காண உதவும் கருவிக்குப் பொதுவான பெயர் எண்டோஸ்கோப்பி. ‘என்டோ’ என்றால் ‘உள்ளே’ என்று அர்த்தம். ‘ஸ்கோப்பி’ என்றால் ‘நோக்கல்’ என்று அர்த்தம்.

இதில் பலவகை உண்டு. இரைப்பையைப் பரிசோதிக்கும் எண்டோஸ்கோப்பிக்கு ‘கேஸ்ட்ரோ எண்டோஸ்கோப்பி’ என்று பெயர். நுரையீரலைப் பரிசோதிப்பதற்கு ‘பிராங்கோஸ்கோப்பி’ என்று பெயர். சிறுநீரகப் பையைப் பரிசோதிப்பதற்கு ‘சிஸ்டோஸ்கோப்பி’ என்று பெயர். இப்படிப் பத்துக்கும் மேற்பட்ட எண்டோஸ்கோப்பி கருவிகள் நடைமுறையில் உள்ளன. இவற்றில் மிக அதிக அளவில் மக்களுக்குப் பயன்படுவது இரைப்பை எண்டோஸ்கோப்பி.

இதை மட்டும் இப்போது விளக்கமாகத் தெரிந்துகொள்வோம்.

‘இரைப்பை எண்டோஸ்கோப்பி’ (Gastro endoscopy) என்பது தொண்டை, உணவுக்குழாய், இரைப்பை, முன் சிறுகுடல்

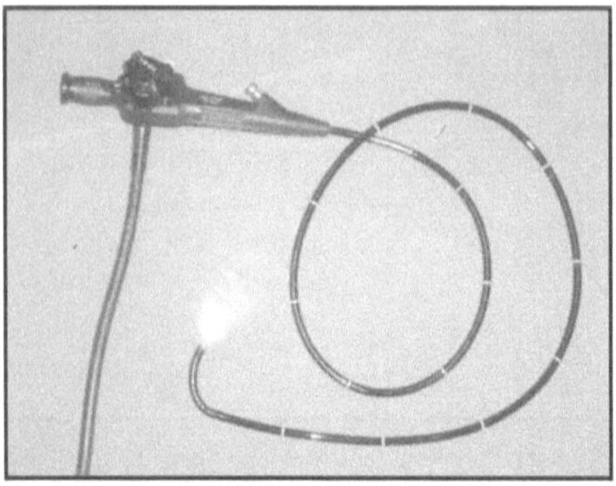

எண்டோஸ்கோப்பி கருவி

ஆகியவற்றைப் பரிசோதிக்க உதவும் கருவி. இதில் ஒரு மீட்டர் நீளத்தில் ஒரு ஃபைபர் குழாய் உள்ளது. இது வளைந்து நெளிந்து செல்லக்கூடியது. இதைப் பயனாளியின் வாய் வழியாக இரைப்பைக்குள் செலுத்துகிறார்கள். உள்ளே சென்ற குழாயின் முனையில் வெளிச்சம் தரக்கூடிய பல்ப் இருக்கும். இதை வெளியிலிருந்தே இயக்கலாம்.

இந்தக் குழாயின் வெளிமுனையில் லென்ஸ் இருக்கும். பல்பை எரியவிட்டு, வெளிமுனையில் உள்ள லென்ஸ் வழியாக மருத்துவர் பார்ப்பார். லென்ஸ் இரைப்பையின் பாகங்களைப் பன்மடங்காகப் பெரிதாக்கிக் காண்பிக்கும். அத்தோடு சுருங்கி இருக்கும் இரைப்பையை விரிவடையச் செய்ய காற்றைச் செலுத்தும் வசதியும் இதில் உள்ளது. உணவுக்குழாய் வால்வுப் பிரச்னை, இரைப்பைப் புண், கட்டி, ரத்தக்கசிவு, புற்றுநோய் போன்றவற்றை இதன் மூலம் நேரில் காணமுடியும். பரிசோதனைக்கு உள்ளாகும் பகுதியில் புற்றுநோய் உள்ளது என சந்தேகம் வந்தால், அந்தத் திசுவை 'பயாப்சி' பரிசோதனைக்கு அனுப்ப, சிறிதளவு திசுவைக் கிள்ளி எடுக்கவும் இதில் வசதி உள்ளது. இரைப்பைச் சுரப்புகளை உறிஞ்சி எடுத்துப் பரிசோதிக்கவும் இது உதவுகிறது.

இது ஒரு பரிசோதனைக் கருவி மட்டுமல்ல; சிகிச்சைக்குரிய கருவியாகவும் பயன்படுகிறது. ரத்தவாந்தி எடுப்பவர்களுக்கு எண்டோஸ்கோப்பி மூலம் பேண்டிங், ஸ்கிலிரோதெரபி போன்ற சிகிச்சைகளைக் கொடுத்து குணப்படுத்த முடியும். உணவுக்குழாய் புற்றுநோய் வந்தவர்களுக்கு ERCP எண்டோஸ்கோப்பி மூலம் செயற்கை உணவுக்குழாயைப் பொருத்த முடியும். குழந்தைகள் தவறுதலாக நாணயம், ஊக்கு, குண்டூசி, கோலிக்குண்டு, கம்மல், ஹேர்பின் போன்றவற்றை விழுங்கிவிடும்போது, அறுவை சிகிச்சை இல்லாமல் எண்டோஸ்கோப்பி மூலம் எடுத்துவிட முடியும்.

இந்தக் கருவியின் விசேஷம், ரேனே லேனக், ஸ்டெத்தாஸ்கோப்பைக் கண்டுபிடித்ததுபோல ஒருவரின் தனிப்பட்ட முயற்சியால் கண்டுபிடிக்கப் பட்டது அல்ல; பல விஞ்ஞானிகளின் கூட்டு முயற்சியால் பல நூறு ஆண்டுகளாகப் படிப்படியாக கண்டுபிடிக்கப்பட்டது. பல வடிவமைப்புக் கட்டங்களைக் கடந்து இன்றைக்குள்ள நவீன வடிவமைப்பைப் பெற்றுள்ளது.

பிலிப் போஜினி

உடலில் இயற்கையாக உள்ள துளைகள் வழியாக நோயாளியின் உடலைப் பரிசோதித்துப் பார்க்க முடியும் என்கிற ரகசியத்தைத் தெரிவித்தவர்கள் கி.பி. 16ம் நூற்றாண்டில் வாழ்ந்த மருத்துவர்கள். இதைத் தொடர்ந்து பிலிப் போஜினி எனும் ஜெர்மனி மருத்துவர் இன்றைய எண்டோஸ்கோப்பி கருவிக்கு முன்னோடி யாகத் திகழ்கிறார். இவர் 1806ல் ஓர் உலோகக் குழாய் வழியாக செயற்கை வெளிச்சத்தைச் செலுத்தினால், குழல் போல் அமைந்துள்ள உடலின் உள்ளுறுப்பு களை நேரில் காணமுடியும் என்று அறிந்தார். 1853ல் மின்விளக்கைக் கண்டுபிடித்த பிறகு அதை இக்கருவியில் பொருத்திப் பார்த்தார்கள். முதலில் மின்பல்பை வெளியில் பொருத்தினார்கள். பிறகு பெரிய பல்புகளுக்குப் பதிலாக மிகச் சிறிய பல்புகளை கருவிக்குள்ளேயே பொருத்தி வெற்றி கண்டார்கள். 1908ல் இதைப் பயன்படுத்தி டேவிட் என்பவர் கர்ப்பப்பை நோய்களைக் கண்டறிந்ததுதான் இந்தக் கருவியின் முதல் மனிதப் பயன்பாடு.

1910ல் இதே கருவியைப் பயன்படுத்தி வயிற்று நோய்களையும் கண்டறியலாம் என்பதை ஜெக்கோபியஸ் என்பவர் நிரூபித்தார். இதை வைத்து கல்லீரல், பித்தப்பைக் கோளாறுகளை எளிதில் அறியலாம் என்பதை ஹெயின்ஸ் காக் எனும் மற்றொரு ஜெர்மனி மருத்துவர் 1930ல் கண்டுபிடித்தார். இக்காலக்கட்டத்தில் இந்தப் பரிசோதனையை 'லேப்ராஸ்கோப்பி' என்ற பெயரில் அழைத்தனர்.

கர்ப்பமானது அசாதாரணமான இடங்களில் ஏற்படுமானால் அதை இப்பரிசோதனை மூலம் தெரிந்துகொள்ளலாம் என்பதை 1937ல் ஹோப் என்பவர் கண்டறிந்தார். ரௌல் பால்மர் 1944ல் மற்றொரு செயல் வடிவத்தை இதில் கொண்டுவந்தார். அதாவது, இக்கருவியை வயிற்றுக்குள் நுழைக்கும்போது காற்றை முதலில் செலுத்திவிட்டால் உள்ளே இருக்கும்

ஜெக்கோபியஸ்

ரௌல் பால்மர்

உறுப்புகள் விரிந்து கொடுக்கும். அப்போது அவற்றை இன்னும் தெளிவாகப் பார்க்க முடியும் என்பதை செயலில் காட்டினார்.

இந்தக் கருவியின் அடுத்த கட்ட முன்னேற்றம் 1957ல் நிகழ்ந்தது. உலோகக் குழாய்க்குப் பதிலாக வளையும்தன்மையுள்ள குழாய்களைப் பயன்படுத்தினால் உடலின் மிகச் சிறிய உறுப்புகளையும் தெளிவாகப் பார்க்கலாம் என்று சொன்னவர் பேசில் ஹிர்ஷோவிட்ஷ். இப்போது நடைமுறையில் உள்ள ஃபைபர் குழாயைக் கண்டுபிடித்தவர் இவர்தான். இவரைத் தொடர்ந்து ஹெரால்டு ஹாப்கின்ஸ் என்பவர் இக்கருவியின் வெளிமுனையில் லென்ஸ் ஒன்றைப் பொருத்திக் கொண்டால், உறுப்புகளை இன்னும் பல மடங்குப் பெரிதாக்கிப் பார்த்து நோயைத் துல்லியமாகக் கணிக்க முடியும் என்றார். 1970ல் இதைக்கொண்டு அறுவை சிகிச்சையும் செய்ய முடியும் என்பது தெளிவானது. அதிலிருந்து இது ஒரு பரிசோதனைக் கருவியாக மட்டு மில்லாமல் சிகிச்சைக்குரிய கருவியாகவும் செயல்பட்டுவருகிறது.

www.ingramcontent.com/pod-product-compliance
Lightning Source LLC
LaVergne TN
LVHW060456051026
849518LV00002B/783